የንጉሡ ልደት

መሥሪያ መጽሐፍ

Jewish Voice Ministries International

የንጉሡ ልደት መሥሪያ መጽሐፍ

ከጁዊሽ ቮይስ ኢንተርናሽናል ጋር በመተባበር የተዘጋጀ

Bible Pathway Adventures®

ባይብል ፓዝዌይ አድቬንቸር የBPA አታሚ ንግድ ምልክት ነው።

ISBN: 978-1-989961-84-1

ደራሲ - ረዳት መሥራች ፒፕ ሬይድ
ዳይሬክተር - ረዳት መሥራች ከርቲስ ሬይድ

ከለር የሚደረጉትን ገጾች ጨምሮ መጽሐፍ ቅዱስ ማጥኛዎችን፣ መሥሪያ ገጾችን፣ ጥያቄና መልሶችንና ሌሎች ነገሮች በተመለከተ ቀጥሎ ያለው ዌብሳይታችንን ይጐብኙ

www.biblepathwayadventures.com

www.jewishvoice.org

◇ መግቢያ ◇

‹‹ልጅን የሚሄድበትን መንገድ አስተምረው፤ በሚሸምግልበት ጊዜ ከዚያ ፈቀቅ አይልም።››
(ምሳሌ 22፥6)

ጂዊሽ ቮይስ ኢንተርናሽናል በዓለም ዙሪያ ላሉ ልጆች ዜሕራ ሕፃናት በተሰኘ የትምህርት ፕሮግራም መጽሐፍ ቅዱስ ማጥኛ ለማዘጋጀት ከባይብል ፓዝዌይ አድቬንቸር ጋር ይሠራል፡ ፡ ይህ መሥሪያ መጽሐፍ በሰማያዊ ጥሪ እና ዓላማ ያድጉ ዘንድ ትውልድ እንዲባረክበት እንጸልያለን።

ባይብል ፓዝዌይ አድቬንቸር አዝናኝ በሆነና ፈጠራ በታከለበት መንገድ ለልጆች መጽሐፍ ቅዱሳዊ እምነት እንዲያስተምሩ መምህራንን ይረዳል። ይህንንም የምናደርገው www.biblepathwayadventures.com በተሰኘው ዌብሳይታችን ውስጥ በሚገኘው ስዕላዊ የታሪክ መጻሕፍት፣ መሥሪያ መጻሕፍት እና በሌሎች ሕትመት ውጤቶች አማካይነት ነው።

◇◆ ማውጫ ◆◇

Jewish Voice Ministries International

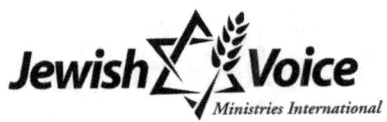

Jewish Voice Ministries International

ይህ መጽሐፍ ንብረቱ

....

ስዕሉን ሳል

◇ በጊዜ ውስጥ ወደ ኋላ እንሂድ ◇

ዓላማችን ባሕላዊ ይዘቱን፣ ታሪካዊ ዐውዱን በጠበቀ ሁኔታ ጤነኛ መጽሐፍ ቅዱሳዊ እውነት ለልጆቻችሁ ማስተማር እንድትችሉ እናንተን መርዳት ነው። ጥንታዊ የአይሁድ ባሕሉን በጠበቀ ዐውድ መጽሐፍ ቅዱስን ስናነብ፣ ቃሉ የበለጠ ሕያው ይሆንልናል፤ የእምነቱ ውበትና ጥልቀት የበለጠ ግልጽ ይሆንልናል።

የሹዋ የሚለውን የመሳሰሉ አይሁዳዊ ስሞች የምንጠቀመው ለምንድነው? ምክንያቱም እነዚህ ጥንታዊ ስሞች እያንዳንዱን መጽሐፍ ቅዱሳዊ ታሪክ፣ ከባሕሉ አንጻር ለመረዳት ስለሚያስችለን ነው - ከዘመኑ ምዕራባዊ ዕይታ አንጻር ብቻ መረዳት የምንሞክር ከሆነ፣ ይዘቱ ሊጠፋ፣ ሊለወጥ ወይም ሊበረዝ ይችላል።

ለምሳሌ ያህል ማቴዎስ 26፥34፣ ‹‹…በዛሬዋ ሌሊት ዶሮ ከመጮኹ በፊት ሦስት ጊዜ ትክዳኛለህ›› ይላል። ከባሕላዊና ታሪካዊ ዐውዱ ከተመለከትነው የሚጮኸው ዶሮ ሳይሆን፣ የሹዋ በነበረበት ዘመን የጠዋቱ የቤተ መቅደስ አገልግሎትና መሥዋዕቶች ሰዓት መድረሱን ለማወጅ ድምፁን ከፍ አድርጐ የሚጮኸውን የቤተ መቅደሱን ካህን ጩኸት ነው የሚያመለክተው። ‹ጂሰስ› የሚለው የእንግሊዝኛ ስም ጥቅም ላይ የዋለው ካለፈው 500 ዓመት ወዲህ መሆኑን ታውቃላችሁ? እንዲህ ከሆነ ማርያምና ደቀ መዛሙርቱ መሲሑን ይጠሩ የነበረው በትክክለኛ የዕብራይስጥ ስሙ የሹዋ በማለት ነበር ማለት ነው፤ የሹዋ፣ ‹እግዚአብሔር ያድናል› ወይም፣ ‹‹እግዚአብሔር መድኃኒቴ ነው›› ማለት ነው። በጣም ደስ አይልም!

ስለሆነም… በጊዜ ውስጥ ወደ ኋላ እንሂድ፤ የመጽሐፍ ቅዱስን ጥልቀትና ውበት እንመልከት!

ትምህርት 1

የትምህርቱ ዕቅድ

መልአክ ወደ ማርያም መጣ

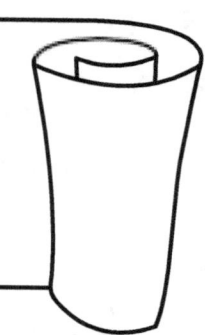

አስተማሪው :- ___________________

የዛሬው መጽሐፍ ቅዱስ ምንባብ፡- ማቴዎስ 1፥18-25 እና ሉቃስ 2፥1-2 ነው

የእንኳን መጣችሁ ጸሎት፡-

ትምህርቱን ከመጀመርህ በፊት ከልጆቹ ጋር አጭር ጸሎት አድርግ።

የትምህርቱ ግቦች፡-

በዚህ ትምህርት ልጆቹ፡-

1. ልጅ እንደምትወልድ ማርያም እንዴት እንዳወቀች
2. ማርያም ዮሴፍ ወደ ቤተልሔም ስለሄዱበት ምክንያት ይማራሉ።

ይህን ታውቃላችሁ?

ኢሳይያስ 49፥6 ላይ ባለው መሠረት መድኃኒት ለሚለው የዕብራይስጥ ቃል የሹዋ መሆኑን ነቢዩ ኢሳይያስና ሚክያስ ስለ ዮሹዋ መወለድ ለሕዝብ የተናገሩት ከመቶዎች ዓመታት በፊት ነበር። (ኢሳይያስ 7፥14 እና ሚክያስ 5፥2)

የመጽሐፍ ቅዱስ ትምህርት ዳሰሳ፡-

ከረጅም ዓመታት በፊት በእስራኤል ምድር ማርያም ዮሴፍ በናዝሬት ከተማ አንድ ትንሽ መንደር ውስጥ ይኖሩ ነበር። ልጅ እንደምትወልድ እንዲነግራት አንድ ቀን እግዚአብሔር ገብርኤል የተባለውን መልአክ ወደ ማርያም ላከ። ‹‹ስሙን የሹዋ ትይዋለሽ›› አለ መልአኩ ገብርኤል፡ ፡ ማርያም ይህን ያልተለመደ ነገር ለእጮኛዋ ለዮሴፍ ለመንገር ሮጣ ሄደች። ዮሴፍ ተጨነቀ፤ ገና አልተጋቡም ነበር፤ ማርያም ግን አርግዛለች! ነገር ግን መልአክ በሕልም ለዮሴፍ ተገለጦ ልጁ እንዲረገዝ የሚያደርግ፣ መንፈስ ቅዱስ መሆኑን ነገረው። ዮሴፍ በእግዚአብሔር ዕቅድ ተማመነ፤ ሚስቱ እንድትሆን ማርያምን ወሰዳት፡ ፡ በዚያው ዓመት በኋላ ላይ ሮማዊው ንጉሥ ማንኛውም ሰው በተወለደበት አገር ለሕዝብ ቈጠራ እንዲመዘገብ አዘዘ። የዮሴፍ ቤተ ሰብ ከቤተልሔም ነበሩ። ስለሆነም የፀደይ ወራት ከመጀመሩ በፊት ማርያምና ዮሴፍ ወደ ቤተ ልሔም ሄዱ።

Jewish Voice Ministries International

ትምህርቱን እንከልስ፡-

ለተማሪዎቹ ጥያቄዎች፡-

1. መልአኩ ገብርኤል ሰላም ሲላት ማርያም ምን ነበር ያለችው?
2. መልአኩ ለማርያም ምን ነበር የነገራት?
3. ‹የሹዋ› የሚለው ስም ትርጉም ምንድነው?
4. መልአኩ ወደ ዮሴፍ የመጣው ለምንድነው?
5. ማርያምና ዮሴፍ ወደ ቤተልሔም የሄዱት ለምን ነበር?

የእግዚአብሔርን ቃል እንዲያስታውሱ ልጆችን ለመርዳት በቃል የሚያዝ ጥቅስ፡-

‹‹ለእግዚአብሔር የሚሳነው ነገር የለምና›› (ሉቃስ 1፥37)

የሚደረጉ ነገሮች፡-

ስዕሉን መጨረስ መልአክ ወደ ማርያም መጣ
ነጠብጣቦቹን ማያያዝ፡- መልአኩ ገብርኤል
መሥሪያ ገጽ፡- ይህን ታውቃላችሁ?
የመረጃ ገጽ፡- የናዝሬት ከተማ
የመጽሐፍ ቅዱስ ቃል መገጣጠም፡- መሲሕ የሚነግሠው ማን ላይ ነው?
የመጽሐፍ ቅዱስ ቃል ማዛመድ፡- ማርያም
ዕብራይስጥ እንማር፡- የሹዋ
መሥሪያ ገጽ፡- ናዝሬትን ሳሉ፤ ስለ ናዝሬት ጻፉ
መሥሪያ ገጽ፡- የዕብራውያን ሰርግ
የመጽሐፍ ቅዱስ ጥቅስ መጻፍ፡- ማርያም
መልስ መስጠት፣ ከለር መቀባት፡- ሕዝብ ቈጠራ

የመዝጊያ ጸሎት

በአጭር ጸሎት ትምህርቱን አብቃ።

Jewish Voice Ministries International

መልአክ ወደ ማርያም መጣ

መልአኩ ገብርኤል ወደ ማርያም መጣ። ልጅ እንደምትወልድ ነገራት።
ስዕሉን ለመጨረስ ማርያምና መልአኩን ሳል።

Jewish Voice Ministries International

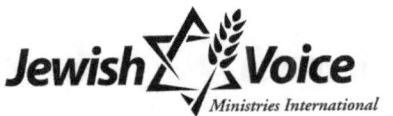

መልአኩ ገብርኤል

መልአኩ ገብርኤል ናዝሬት ወደ ነበረው ወደ ማርያም ቤት መጣ።
‹‹ወንድ ልጅ ትወልጃለሽ፤ እርሱም ታላቅ ይሆናል፤ የልዑል ልጅም ይባላል።››
በማለት ነገራት። ስዕሉን ለማየት ነጠብጣበቹን አያይዝ።

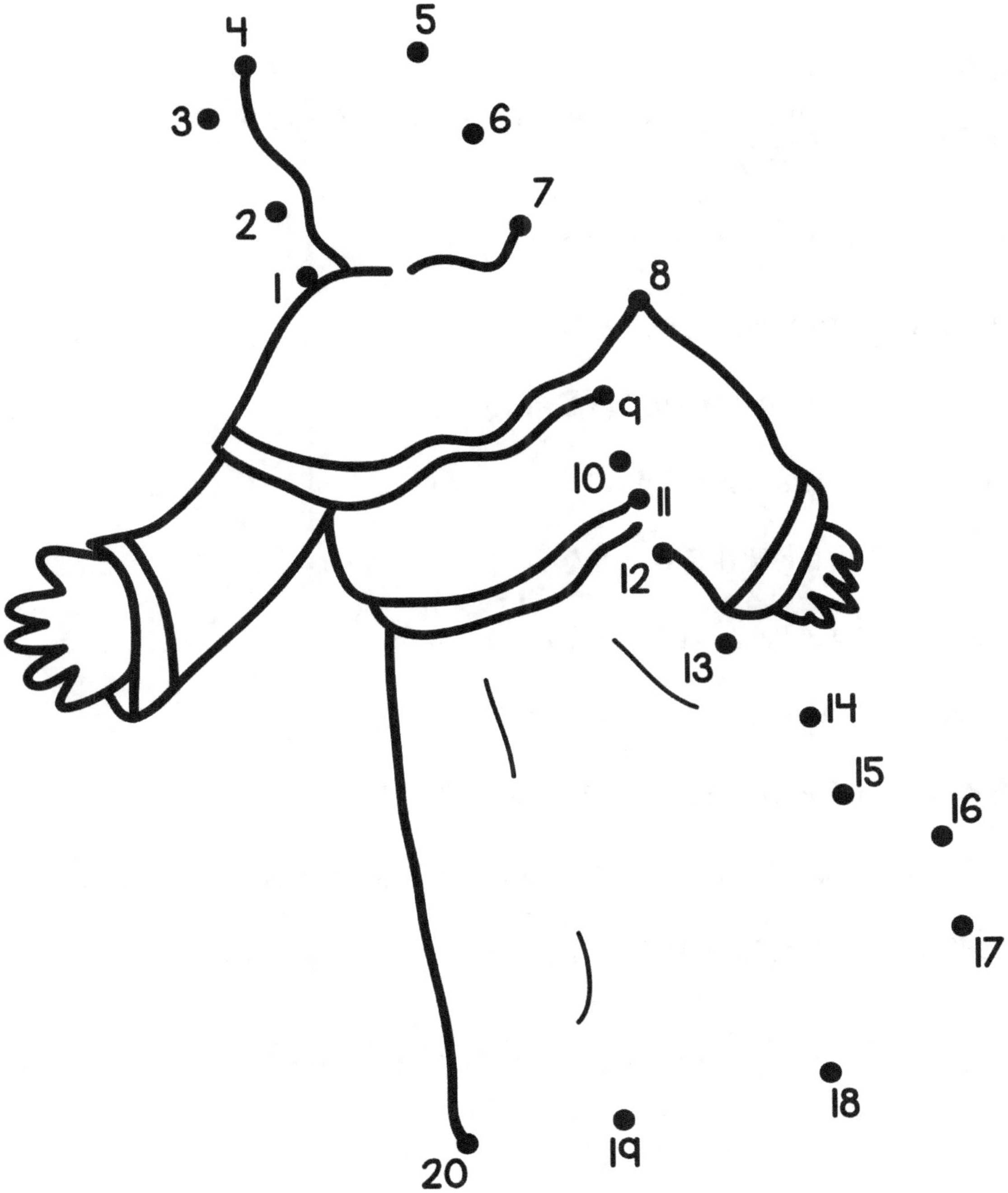

1
2
3
4
5
6
7
8
9
10
11
12
13
14
15
16
17
18
19
20

ማርያም

ማቴዎስ 1-2 እና ሉቃስ 1-2 አንብብ።
ታች ያሉትን ጥያቄዎች መልሱ።

1. የማርያምና የኤልሳቤጥ ዝምድና ምን ነበር? ....
2. ለማርያም የተገለጠው መልአክ ስም ማን ነው? ....
3. ልጁን ማን ብላ እንድትጠራው ነበር መልአኩ ለማርያም የነገራት? ....
4. ዮሴፍ ከየትኛው የእስራኤል ነገድ ነበር? ....
5. ማርያም በየትኛው ከተማ ነበር የምትኖረው ....
6. ማርያምና ዮሴፍ ወደ ቤተልሔም የሄዱት ለምንድነው? ....
7. ሕፃኑ ከተወለደ በኋላ ወደ ማርያም የመጡ ሰዎች እነማን ናቸው? ....
8. ለየሹዋ ለመስገድ የመጡት ስንት ሰዎች ናቸው? ....
9. በቤተ ልሔም የነበሩ ልጆች ሁሉ ማጥፋት የፈለገው ንጉሥ ማን ነው? ....
10. ማርያምና ዮሴፍ ወደ ኢየሩሳሌም የሄዱት በየትኛው የዓመቱ በዓል ነበር? ....

Jewish Voice Ministries International

ይህን ታውቃላችሁ?

ወዳጆቹ የነበሩትና ደቀ መዛሙርቱ ኢየሱስን የሹዋ በማለት ነበር የሚጠሩት፤ የሹዋ ‹መድኃኒት› ማለት ነው። ማርያምና ዮሴፍ ዕብራውያን ስለ ነበሩ፤ በዕብራይስጥ ስሙ እርሱን መጥራታቸው ግልጽ ነው። ኢየሱስ የሚለው ስም እስከ 14ኛው መቶኛ ዓመት ድረስ በኢንግላንድ ጥቅም ላይ አልዋለም ነበር። እንዲያውም፣ እስካለፈው 500 ዓመት ድረስ፣ ‹J› የሚለው ፊደል በዘመኑ እንግሊዝኛ ቋንቋ ጥቅም ላይ አልዋለም ነበር።

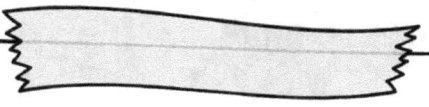

ማቴዎስ 1፥1-17 አንብብ። የየሹዋን ቤተ ሰብ ሐረግ ለመሳል ይህን ባዶ ቦታ ተጠቀምበት።

የነጉሡ ልደት መሥሪያ መጽሐፍ

ናዝሬት

መሲሕ በተወለደ ጊዜ ናዝሬት ከ200 የማይበልጡ ሰዎች ያልነበሩባት ትንሽ ከተማ ነበረች፡ ፡ አብዛኞቹ ቤተ ሰቦች አትክልቶች የሚያመርቱበት ትንንሽ ቦታዎች ነበሩዋቸው፤ ቤቶቻቸው በጭቃ ሸክላ ወይም ድንጋይ የተሠሩ ሲሆኑ፣ ብዙውን ጊዜ ሁለት ወይም ሦስት ክፍሎችና ግቢ ነበሩት። የሰዎች ማኅበራዊ ሕይወት ቤቶች ዙሪያ ነበር። ስለ ፖለቲካ፣ ሃይማኖትና ሌሎች ጉዳዮች የሚነጋገሩት እዚህ ነበር፤ ምግብ እየበሉ ነበር የሚነጋገሩት። ዕብራውያን የሚመገቡት በቀን ሁለት ጊዜ ነበር። የመጀመሪያውን የሚመገቡት ጠዋት ረፋድ ላይ ሲሆን፣ ሁለተኛውን የሚበሉት ምሽት ቤት ውስጥ ነበር። ምግቡ እንጀራ፣ ምስር ወጥ፣ ፍራ ፍሬና ለየት ባሉ ቀኖች ቀይ ሥጋ ያካትት ነበር። ዓሣ፣ የፍየል ሥጋ፣ አይብና የወይራ ዘይት መመገብና ወይን ጠጅ መጠጣት ይወዳሉ። ወንበር ላይ ከመቀመጥ ይልቅ አብዛኞቹ ሰዎች ትራስ ላይ ጋደም ብለው ነበር የሚመገቡት።

ብራዊውን ሰውየ ከለር ቀቡ

ዕብራውያን ቤተ ሰቦች ምግባቸውን የሚያመርቱት የት ነበር?

....

በምግብ ጊዜ ዕብራውያን ቤተ ሰቦች ምን ዐይነት ምግብ ነው መብላት የሚወዱት?

....

Jewish Voice Ministries International

መሲህ የሚነግሠው እነማን ላይ ነው?

መልሱን ለማግኘት ቃላቱን አሰባስብ። ፍንጭ፦ ሉቃስ 1፥33 አንብብ።

<<የለውም በያዕቆብ ላይ

____

ለመንግሥቱ ቤት ፍጻሜ ይነግሣል

____

ለዘላለም።>>

____

ማርያም የመጽሐፍ ቅዱስ ጥቅስ ማዛመድ

ከታች ያለውን ጥቅስ አንብብ። ትክክለኛውን ጥቅስ ከዐረፍተ ነገሩ ጋር አዛምድ።

1. .... መልአኩ ገብርኤል የተለየ ልጅ እንደምትወልድ ለማርያም ተናገረ።
2. .... የዮሴፍ ሚስት ነበረች።
3. .... የየሹዋ እናት ናት።
4. .... በ፰ኛው ቀን የሹዋን ወደ ቤተ መቅደስ አመጣችው።
5. .... ከዮሴፍና ከየሹዋ ጋር ወደ ግብፅ ሸሸች።
6. .... በቂጣ በዓል ጊዜ ቤተ መቅደሱ ውስጥ ወደ ኋላ በመቅረቱ የሹዋን ገሠፀችው።
7. .... ከየሹዋ ጋር በቃና ሰርግ ቦታ ነበረች።
8. .... የሹዋ በተሰቀለ ጊዜ በጎልጎታ ቆየች።
9. .... ከየሹዋ ሞት በኋላ በኢየሩሳሌም ከነበሩ ደቀ መዛሙርት ጋር ሆነች።

ሀ. ሉቃስ 2፥7	መ. ዮሐንስ 2፥1-12	ሠ. የሐዋርያት ሥራ 1፥13
ለ. ሉቃስ 2፥41-50	ሰ. ሉቃስ 1፥30-33	ሸ. ሉቃስ 2፥22
ሐ. ማቴዎስ 2፥14	ረ. ዮሐንስ 19፥25	ቀ. ማቴዎስ 1፥24

የንጉሡ ልደት መሥሪያ መጽሐፍ

የዕብራውያን ሰርግ

የጥንት ዕብራውያን ሰርግ ከዚህ ዘመን ሰርግ የተለየ ነበር። በጥንት ዕብራውያን ባሕል የሙሽራው አባት ለልጁ ሙሽሪት ይመርጥለታል። የሙሽራውና የሙሽሪት አባት በዋጋ ከተስማሙ በኋላ ኬቱባ የተሰኘ ሰነድ ላይ ይፈርማሉ። ኬቱባ ላይ ከፈረሙ በኋላ ሙሽራውና ሙሽሪት እንደ ባልና ሚስት ነው የሚቆጠሩ። ይሁን እንጂ፣ እስከ ሌላ አንድ ዓመት ድረስ አብረው አይኖሩም። ጥንዶቹ መለያየት ከፈለጉ መፋታት ይችላሉ፤ ሙሽራው ለሙሽሪት የከፈለውን ገንዘብ ያጣል። ሙሽራዋ ዝግጁ መሆንዋን የሙሽራው አባት ካረጋገጠ በኋላ፣ ሰባት ቀን ለሚቆየው ግብዣ ወደ ቤት እንዲያመጣት ለሙሽራው ይነገረዋል። የጋብቻውን ሂደት የተሟላ የሚያደርገው ይህ ሥርዐት ኒስዩን ይባላል። የዮሴፍና የማርያም አባቶች ኬቱባ ተፈራርመው ይሆናል፤ ስለሆነም ዮሴፍና ማርያም በሕግ ተጋብተው ነበር ማለት ነው። ይሁን እንጂ፣ አብረው እየኖሩ አልነበረም። መልአክ በሕልም ተገልጦ ማርያም ያረገዘችው ለምን እንደ ሆነ ከነገረው በኋላ ሚስቱ እንድትሆን ዮሴፍ ማርያምን ወደ ቤቱ ወሰዳት።

ሙሽራና ሙሽሪትን ከለር ቀባ

ለልጁ ሙሽሪት የሚመርጥለት ማን ነው?

....

ሙሽሪት ዝግጁ መሆንዋን ካረጋገጠ በኋላ ምን እንዲያደርግ ነው የሙሽራው አባት ለሙሽራው የሚነግረው?

....

Jewish Voice Ministries International

የሹዋ

መሲሕ ለሚለው የዕብራይስጡ ቃል የሹዋ ነው። ብዙውን ጊዜ እናቱ በዚህ ስሙ ነበር የምትጠራው። የሹዋ፣ ‹እግዚአብሔር መድኃኒት ነው› ወይም፣ ‹እግዚአብሔር ያድናል› ማለት ነው። ስሙን በዕብራይስጥ ማንበብና መጻፍ እንማር!

የሹዋ

יֵשוּעַ

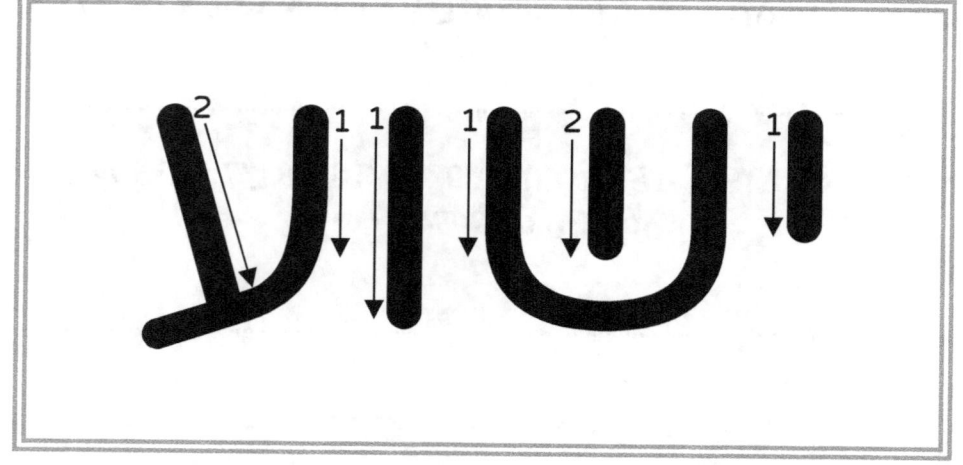

 # እንጻፍ!

ታች ባሉ መስመሮች ላይ፣ ‹የሹዋ› የሚለውን ቃል መጻፍ ተለማመዱ።

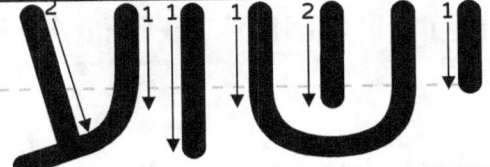

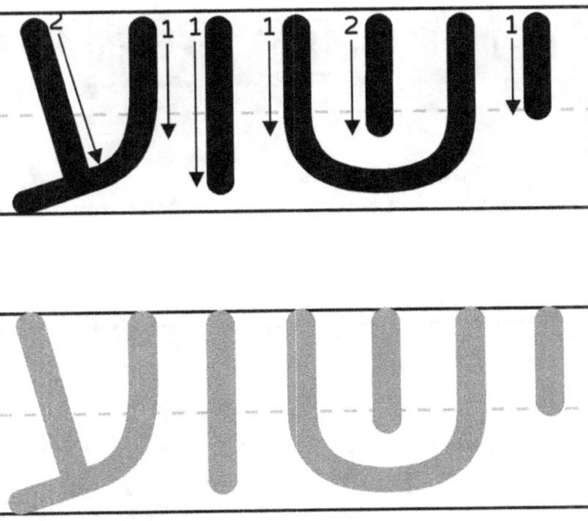

በራስህ ይህን ሞክር።
ዕብራይስጥ የሚጻፈው ከቀኝ ወደ ግራ መሆኑን አስታውስ።

Jewish Voice Ministries International

ማርያም

ከመጽሐፍ ቅዱስህ ሉቃስ 2፡7 አውጣ። ከታች ባሉት መስመሮች ይህን ጥቅስ ጻፍ።
ገጹ ግርጌ ላይ ያለውን ስዕል ምን ከለር እንደምትቀባ በራስህ ሐሳብ ተጠቀም።

....

....

....

....

....

....

....

Jewish Voice Ministries International

ሕዝብ ቈጠራ

ከመጽሐፍ ቅዱስ ሉቃስ 2 አውጣ። ጥያቄዎችን መልስ፤ ስዕሉን ከለር ቀባ።

1. ሕዝብ ቈጠራ እንዲደረግ ያዘዘው ቄሳር ማን ነበር? (ቁጥር 1)

2. ለሕዝብ ቈጠራ ለመመዝገብ ዮሴፍ ወደ ቤተ ልሔም የሄደው ለምንድነው? (ቁጥር 4)

3. ዮሴፍ ማንን ይዞ ነበር የሄደው? (ቁጥር 5)

Jewish Voice Ministries International

ትምህርት 2 | የትምህርቱ ዕቅድ

ንጉሥ ተወልዷል!

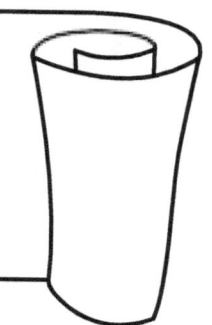

አስተማሪው :- ___________________________

የዛሬው የመጽሐፍ ቅዱስ ምንባብ:- ሉቃስ 2፥1-2፥12

የእንኳን መጣችሁ ጸሎት:-
ትምህርቱን ከመጀመርህ በፊት ከልጆቹ ጋር አጭር ጸሎት አድርግ።

የትምህርቱ ግቦች:-
በዚህ ትምህርት ልጆቹ:-

1. የሹዋ የተወለደው የት እንደ ነበር፣
2. መሲሕ መወለዱን እረኞቹ ያወቁት እንዴት እንደ ነበር ይማራሉ።

ይህን ታውቃላችሁ?
ኢሳይያስ 49፥6 ላይ ባለው መሠረት መሲሕ የተወለደው የመለከት በዓል በመባል በሚታወቅ ጊዜ እንደ ነበር ብዙ የመጽሐፍ ቅዱስ ምሁራን ይስማማሉ። ንጉሦች ሲሾሙ ወይም ሲቀቡ በእስራኤል ባሕል እንዲህ ይደረግ ነበር።

የመጽሐፍ ቅዱስ ትምህርት ዳሰሳ:-
ማርያም ከዮሴፍ ጋር የጥንት አባቱ ንጉሥ ዳዊት ወደ ተወለደበት ቤተ ልሔም ሄደች። ቤተልሔም ሲደርሱ፣ የፀደይ በዓል መጀመሩ ነበር። (የፀደይ በዓል የሚውለው በየዓመቱ መስከረም/ጥቅምት ላይ ነው)። ለዚህ የተለየ በዓል ዝግጅት ለማድረግ ሰው ሁሉ ሥራ ይበዛበት ነበር። ሕፃኑ የሹዋ የተወለደው በቅርቡ ነበር። በአቅራቢያው በነበረ መስክ የእግዚአብሔር መልአክ ለእረኞች ተገልጦ የምሥራች ነገራቸው። ‹‹መሲሕ ተወልዶአል!›› በማለት ጮኸ። እረኞቹ በፍጥነት ወደ ቤተ ልሔም ሄደው አዲስ ስለ ተወለደው አዳኝ እግዚአብሔርን አመሰገኑ።

ትምህርቱን እንከልስ፡-

ለተማሪዎቹ ጥያቄዎች፡-

1. በዚህ ጊዜ ሮማዊው ንጉሥ ማን ነበር?
2. ዮሴፍና ማርያም ወደ ቤተ ልሔም የሄዱት ለምን ነበር?
3. ሹዋ የተወለደው በየትኛው ከተማ ነበር?
4. እስራኤላውያን በየዓመቱ የመለከት በዓል የሚያከብሩት መቼ ነበር?
5. እረኞቹ ስለ መሲሑ መወለድ የሰሙት እንዴት ነበር?

የእግዚአብሔርን ቃል እንዲያስታውሱ ልጆችን ለመርዳት በቃል የሚያዝ ጥቅስ፡-

‹‹ዛሬ በዳዊት ከተማ መድኅን ተወልዶላችኋልና፤ እርሱም ጌታ ክርስቶስ ነው›› (ሉቃስ 2፥11)

የሚደረጉ ነገሮች፡-

ከለር የሚቀባ፡- የመሲሑ ልደት
የመረጃ ገጽ፡- ግርግም
መሥሪያ ገጽ፡- የንጉሡ መወለድ
ዓርማ፡- የይሁዳ ነገድ የሆነው አንበሳ
አጭር የመጽሐፍ ቅዱስ ጥያቄ፡- የመሲሑ ልደት
የመጽሐፍ ቅዱስ መሥሪያ፡- ንጉሡ ተወልዶአል!
ዕብራይስጥ እንማር፡- ዮም ቴሩ'ዋህ
መሥሪያ ገጽ፡- የመለከት በዓል
የመረጃ ገጽ፡- የሮም ንጉሥ
መሥሪያ ገጽ፡- የእንግዳ ክፍል
የቃል ጥናት ጥቅስ፡- የምሥራች!
የመጽሐፍ ቅዱስ ጥቅስ መጻፍ፡- እረኞቹ

የመዝጊያ ጸሎት

በአጭር ጸሎት ትምህርቱን አብቃ።

Jewish Voice Ministries International

<< ክብር ለእግዚአብሔር በአርያም >>

(ሉቃስ 2፥14)

Jewish Voice Ministries International

ግርግም

የድንጋዩ ግርግም የት ነበር? በዕብራውያን ገበሬዎች ቤት እንስሳት ከቤተ ሰቡ ጋር ቤት ውስጥ ማደራቸው የተለመደ ነበር። እንዲህ መሆኑ ሌቦች እንዳይወስዷቸውና ቤቱንም እንዲያሞቁ ይረዳል። በዚህ ምክንያት በአብዛኞቹ ቤቶች ወለል ላይ ግርግም ይሠራ ነበር። ‹‹በግርግም አኖረችው›› የሚለውን የሚያነብ ከዕብራውያን ባሕል ጋር የተዋወቀ ሰው፣ የተወለደው እንስሳት ከቤተ ሰቡ ጋር አብረው የሚኖሩበት ቤት ውስጥ እንደ ነበር ይረዳል። ታሪክ አዋቂው ጉስታፍ ዴልማን፣ ‹‹በዚህ ዘመን በምሥራቅ አገሮች ብዙውን ጊዜ ሰዎችም ሆኑ እንስሳት የሚኖሩት አንድ ቤት ውስጥ ነበር። ሰዎቹ የሚኖሩት፣ የሚበሉት የሚተኙት አንዱ ክፍል ውስጥ ከፍ ተደርጐ በተሠራ ቆጥ ውስጥ ሲሆን፣ ከብቶች በተለይም አህዮችና በሬዎች በሩ አጠገብ ወለሉ ላይ ነበር። በዚህ ወለል ላይ ወይም ከግድግዳው ተያይዞ ወይም በረንዳው ጫፍ ላይ ግርግም ይሠራል›› ይላል።

ግርግሙን ከለር መቀባት

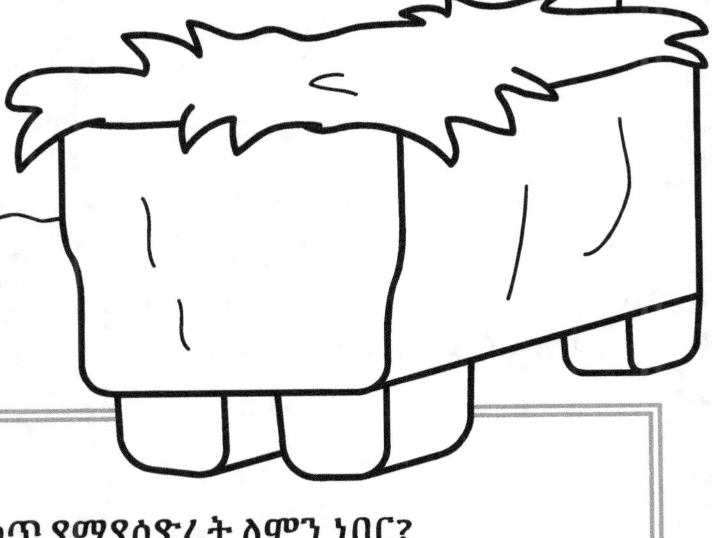

ሰዎች እንስሶቻቸውን ቤት ውስጥ የሚያሳድሩት ለምን ነበር?

....

ምን ታስባላችሁ? ግርግሙ ቤት ውስጥ ነበር ወይስ ሌላ ቦታ?

....

የንጉሡ ልደት

መስክ ላይ የነበረ እረኛ እንደ ሆናችሁ አስቡ። ለመልአኩ ምን ትመልሱለት ነበር?

ይህ ተአምር የሚያስተምረኝ...

የየሹዋ ልደት ተአምር መጽሐፍ ቢሆን ኖሮ፣ መጽሐፉ ይህን ይመስል ነበር...

እረኞቹ ወደ ቤተልሔም የሚሄዱበትን መንገድ ካርታ ሳል።

የይሁዳ ነገድ የሆነው አንበሳ

የሹዋ የይሁዳ ነገድ የሆነው አንበሳ ተብሎ ይጠራል (ራእይ 5፥5)። ዓርማውን ከለር ቀባ፤ ቁረጥ ቤትህ ወይም ትምህርት ክፍልህ ውስጥ ለጥፈው።

ይሁዳ

Jewish Voice Ministries International

የመሲሑ ልደት

ማቴዎስ 1-2፤ ማርቆስ 1፤ ሉቃስ 2፤ እና ሚክያስ 5፡2
አንብብ። ታች ያሉትን ጥያቄዎች መልስ።

1. መልአኩ ገብርኤል ማርያም ለሕፃኑ ምን የሚል ስም እንድታወጣለት ነበር የነገራት? ....
2. በሮም መንግሥት ሕዝብ ቈጠራ እንዲደረግ ያዘዘው ማን ነበር? ....
3. ማርያምና ዮሴፍ ለመቈጠር ወደ ቤተልሔም የሄዱት ለምንድነው? ....
4. የሹዋ የተወለደው የት ከተማ ነበር? ....
5. በዚህ ጊዜ የነበረ የይሁዳ ንጉሥ ማን ነበር? ....
6. የሹዋ ከየትኛው የእስራኤል ነገድ ነበር? ....
7. የብሉይ ኪዳን ነቢይ ሚክያስ የሹዋ የት እንደሚወለድ ነበር የተናገረው? ....
8. ከተወለደ በኋላ የሹዋን ለማየት የመጡ ጠቢባን (ሰብአ ሰገል)ስንት ነበሩ? ....
9. ጠቢባኑ ካታለሉት በኋላ ንጉሥ ሄሮድስ ምን ነበር ያደረገው? ....
10. ንጉሥ ሄሮድስ እስኪሞት ድረስ ዮሴፍ፣ ማርያምና የሹዋ ወዴት አገር ነበር የሸሹት? ....

የመለከት በዓል

በዕብራይስጥ ቋንቋ የመለከት በዓል ዮም ቴሩ’ዋህ በመባል ይታወቃል። በየትኛው አገር ያሉ እስራኤላውያን ይህን ቀን ዛሬም ያከብሩታል። ብዙ የመጽሐፍ ቅዱስ ምሁራን መሲሕ በዚህ ቀን እንደ ተወለደ ያምናሉ። ዘሌዋውያን 23 እና ዘኍልቍ 29 አንብብ። ከዚያ ገጹ ግርጌ ያሉትን ሐረጎች አንብበህ በትክክለኛው ስዕል ሥር ጻፋቸው።

የመከር ጊዜ

ሰባተኛ ወር

የሰንበት ቀን

የእግዚአብሔር ሕዝብ መሰብሰብ

ሽፋር (መለከት) መንፋት

Jewish Voice
Ministries International

ዮም ቴሩ’ዋህ

አንዳንድ ሰዎች የሹዋ የተወለደው በመለከት በዓል እንደ ነበር ያምናሉ። የመለከት በዓል ለሚለው የዕብራይስጥ ቃል ዮም ቴሩ’ዋህ ነው። ‹‹የመለከት በዓል›› የሚለውን በዕብራይስጥ ማንበብና መጻፍ እንማር!

ዮም ቴሩ’ዋህ

יוֹם תְּרוּעָה

የመለኮት በዓል

יום תרועה

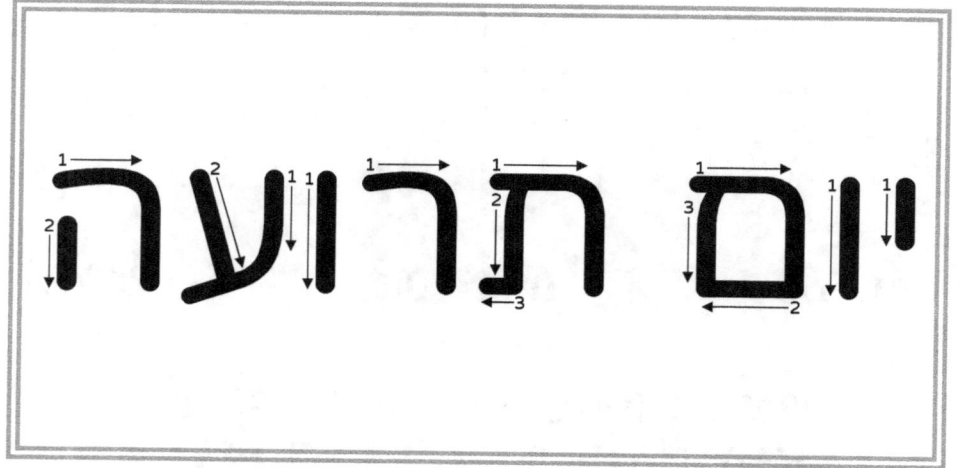

እንጻፍ!

ታች ባሉት መስመሮች ላይ እነዚህ የዕብራይስጥ ቃሎችን መጻፍ ተለማመዱ።

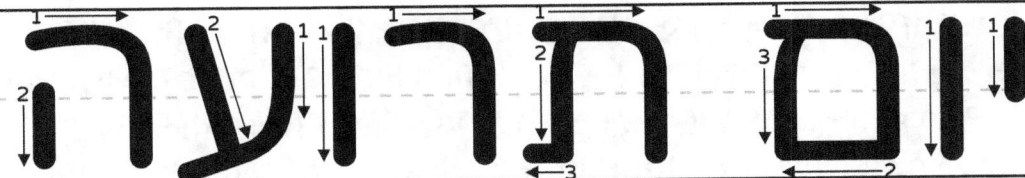

יום תרועה

יום תרועה

ይህን በራሳችሁ ሞክሩ፤ ዕብራይስጥ
የሚጻፈው ከቀኝ ወደ ግራ መሆኑን አስታውሱ።

የሮም መንግሥት

ንጉሥ አውጉስጦስ የጁሊየስ ቄሣር የእኅት ልጅና እንደ ልጁ ያሳደገው ሰው ነበር። ቄሣር ከሞተ በኋላ መከላከያ ሠራዊቱን ተቈጣጥሮ የሮም ዓለም ገዢ ሆነ። እንደ ንጉሥ 45 ዓመት ገዛ። አውጉስጦስ የሚያመልከው አረማዊ የሮም አማልክትን ነበር፤ በዚያ ላይ እርሱ ራሱ ሰዎች እንደ ሕያው አምላክ እንዲያመልኩት ይፈልግ ነበር። እያንዳንዱ ወንድና ሴት አምላክ የሚታወቅበት የተለየ ነገር ነበረው፤ አንድ ሰው ፍቅርን በተመለከተ ችግር ካለው ቬነስን ያመልካል፤ በሰውየው ሕይወት ለውጥ ካለ ጃነስን ያመልካል። ሮማውያን የሌሎች አገሮች አማልክትንም ያመልኩ ነበር። በጣም ከፍ ያለ ደረጃ ላይ ደርሶ በነበረ ጊዜ፣ የሮም መንግሥት ወደ አውሮፓና ወደ አፍሪካ እንዲሁም ወደ እስያ ተስፋፍቶ ነበር፤ በዓለም ካሉት አራት ሰዎች አንዱ በሮም ሕግ ተገዥ ሆኖ ነበር የሚኖረው። በ117 ዓ.ም የሮም መንግሥት ጣሊያንን፣ በሜዲትራንያን ባሕር ዙሪያ ያሉ አገሮችን፣ ኢንግላንድን፣ ዌልስንና ከፊል ስኮትላንድን ጨምሮ አብዛኛውን አውሮፓ ከግዛቱ ሥር አደረገ።

ሮማዊውን ወታደር ከለር ቀቡ

ሮማውያን ከነበራቸው ቬነስንና ጃነስን የመሳሰሉ ሐሰተኛ አማልክት ማምለክ ያለባችሁ ለምንድነው?

....

በ117 ዓ.ም የሮም መንግሥት ምን ያህል ሰፊ ነበር?

....

Jewish Voice Ministries International

የእንግዳ ክፍል

የሹዋ (ኢየሱስ) የተወለደው በእንግዶች ማረፊያ፣ ጐተራ ወይም ቤት ውስጥ ነበርን? የሉቃስ 2፥7 አማርኛ ትርጒም፣ የእንግዶች ማረፊያ ቦታ ስላላገኙ ማርያምና ዮሴፍ የሹዋን ግርግም ውስጥ አስተኙት ይላል፡- ‹‹የበኩር ልጇ የሆነውን ወንድ ልጅ ወለደች፤ በጨርቅም ጠቀለለችው፤ በእንግዶችም ማረፊያ ቦታ ስላላገኙ በግርግም አስተኛችው።››

የእንግዶች ማረፊያ ለሚለው የግሪኩ ቃል፣ ካታሉማ 'kataluma /katalymati /καταλύματι', ሲሆን፣ የእንግዳ ክፍል ወይም ማደሪያ ቦታ ማለት ነው። መጽሐፍ ቅዱስ ውስጥ ካታሉማ ጥቅም ላይ በዋለበት ሌላ ቦታ የእንግዶች ማረፊያ ተብሎ ተተርጒሞአል (ማርቆስ 14፥14-15) ይህም ጽዳቱ የተጠበቀ መኖሪያ ቤት ላይኛው ክፍል ውስጥ ያለ ቦታ ማለት ነው። ይህን ግምት ውስጥ በማስገባት ሉቃስ 2፥7፣ ‹‹የበኩር ልጇ የሆነውን ወንድ ልጅ ወለደች፤ በጨርቅም ጠቀለለችው በላይኛው የእንግዳ ማረፊያ (ካታሉማ) ቦታ ስላላገኙ በግርግም አስተኛችው›› ተብሎ ሊተረጐም ይችላል። ጸሐፊው መናገር የፈለገው ለንግድ የሚውል የእንግዳ ማረፊያ ቦታን በተመለከተ ቢሆን ኖሮ፣ ፓንዶክሄዎን "pandokheion," በሚለው ቃል ይጠቀም ነበር፤ ይህም ሉቃስ 10፥34 ላይ በዋለበት መልኩ ለንግድ የሚሆን የእግዶች ማረፊያ ማለት ነው።

1. በእንግሊዝኛ፣ ‹ካታሉማ› ማለት καταλύματι'

....

2. ‹‹ማርያም ግን ይህንን ሁሉ በልቧ ይዛ ታሰላስል ነበር።››

(ሉቃስ 2፥19)

....

Jewish Voice Ministries International

<<ማርያም ግን ይህንን ሁሉ በልቧ ይዛ ታሰላስል ነበር።>>

(ሉቃስ 2፥19)

እረኞቹ

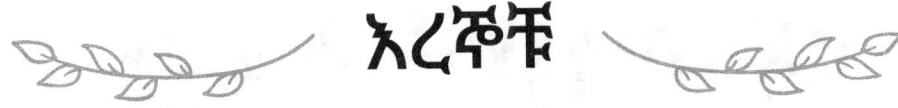

መጽሐፍ ቅዱሳችሁን ወደ ሉቃስ 2፥15 ግለጡ። ጥቅሱን መስመሮቹ ላይ ጻፉ።
ገጹ ግርጌ ያለውን ስዕል ምን ከለር እንደምትቀቡ አስተሳሰባችሁን ተጠቀሙ።

....

....

....

....

....

....

....

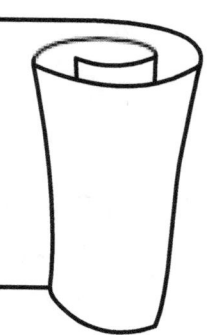

Jewish Voice Ministries International

ትምህርት 3 | የትምህርቱ ዕቅድ

ኮከብ ሰማይ ላይ

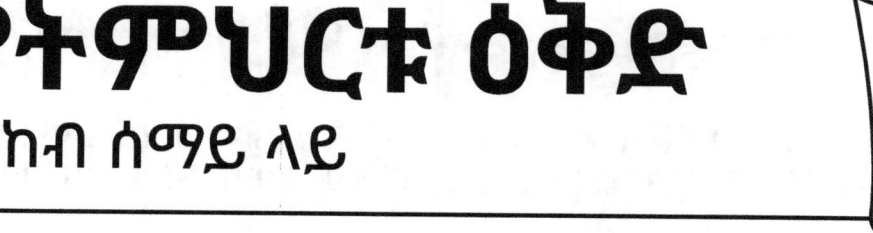

አስተማሪው :- ___________________________

የዛሬው የመጽሐፍ ቅዱስ ምንባብ:- ማቴዎስ 2፥1-8

የእንኳን መጣችሁ ጸሎት:-
ትምህርቱን ከመጀመርህ በፊት ከልጆቹ ጋር አጭር ጸሎት አድርግ።

የትምህርቱ ግቦች:-
በዚህ ትምህርት ልጆቹ:-

1. ጠቢባኑ የየት አገር ሰዎች እንደ ነበሩ
2. የመሲሑን መውለድ ሲሰማ ሄሮድስ ስላደረገው ነገር ይማራሉ።

ይህን ታውቃላችሁ?
ጠቢባኑ በጳርቴ ካላቸው ሱሳ በመነሣት በቤተ ልሔም የተወለደውን የሹዋን ለማየት 1200 ማይሎች ተጉዘዋል።

የመጽሐፍ ቅዱስ ትምህርት ዳሰሳ:-
በጣም ሩቅ ቦታ ባለው በጳርቴ ምድር ጠቢባን ወይም ሰብአ ሰገል የሚባሉ ሰዎች ስብስብ ይኖሩ ነበር። ጠቢባኑ የአረቢያና የፋርስ ሰዎች ሲሆኑ፣ ነገሥታት አንዳንድ አስፈላጊ ውሳኔዎች እንዲያደርጉ ለመርዳት ከዋክብትን ያጠኑ ነበር። አንድ ቀን ሰማይ ላይ አንድ ትልቅ ኮከብ ሲያዩ መሲሐ መወለዱን አወቁ። ሻንጣዎቻቸውን ይዘው ወደ ኢየሩሳሌም ሄዱ። ንጉሥ ሄሮድስ የአዲሱን ንጉሥ መውለድ ሲሰማ በጣም ተቈጥቶ ነበር። ጠቢባኑ እዚያ ሲደርሱ ስለ የሹዋ የበለጠ ለማወቅ እነርሱን አገኛቸው። ‹‹ሂዱና ሕፃኑን ፈልጉ፤ እኔም ልሰግድለት እፈልጋለሁ›› በማለት ለጠቢባኑ ነገራቸው።

ትምህርቱን እንከልስ፡-

ለተማሪዎቹ ጥያቄዎች፡-

1. ጳርቴ የሚባለው አገር የት ነበር?
2. ከምሥራቅ የመጡት ጠቢባን ሌላው ስም ምን ነበር?
3. መሲሕ መውለዱን ጠቢባኑ እንዴት አወቁ?
4. ንጉሥ ሄሮድስ የተቈጣው ለምንድነው?
5. መሲሕ ያለበትን ቦታ ሄሮድስ ማወቅ የፈለገው ለምን ይመስልሃል?

የእግዚአብሔርን ቃል እንዲያስታውሱ ልጆችን ለመርዳት በቃል የሚያዝ ጥቅስ፡-

‹‹…ኮከብ ከያዕቆብ ይወጣል፤ በትረ መንግሥት ከእስራኤል ይነሣል›› (ዘኍልቊ 24፥17)

የሚደረጉ ነገሮች፡-

ከለር የሚቀባ ገጽ፡- ጠቢባኑ አንድ ዘዴ አቀዱ
አጭር የመጽሐፍ ቅዱስ ጥያቄ፡- ጠቢባኑ
አጭር የመጽሐፍ ቅዱስ ጥያቄ፡- በቤተ መቅደሱ መታየት
አጭር የታሪክ እውነት
መሥሪያ ገጽ፡- ጠቢባኑ ሰዎች
የዜና መጽሔት መሥሪያ ገጽ፡- የይሁዳ ዘመን
ከለር የሚቀባ መሥሪያ ገጽ፡- ጠቢባኑ ሰዎች
መሥሪያ ገጽ፡- ትክክለኛውን መልስ ክበበው
መሥሪያ ገጽ፡- በኢየሩሳሌም የነበረው ቤተ መቅደስ
ጠመዝማዛው መንገድ፡- የጠቢባኑ ጕዞ
መሠራት ያለበት፡- የራስህን ፓስፖርት አዘጋጅ!
እንጻፍ፡- የጠቢባኑ ታሪክ

የመዝጊያ ጸሎት

በአጭር ጸሎት ትምህርቱን አብቃ።

‹‹በምሥራቅ ኮከቡን አይተን ልንሰግድለት መጥተናልና››

(ማቴዎስ 2፥2)

ጠቢባኑ

ዳንኤል 5 እና ማቴዎስ 1-2 አንብብ።
ከታች ያሉትን ጥያቄዎች መልስ

1. የሹዋ በተወለደ ጊዜ የይሁዳ ንጉሥ ማን ነበር? ....
2. የሹዋ መወለዱን ጠቢባኑ (ሰብአ ሰገል) ያወቁት እንዴት ነበር? ....
3. ጠቢባኑ ኢየሩሳሌም ሲደርሱ ማንን ማየት እንደሚፈልጉ ነው የጠየቁት? ....
4. ሄሮድስ ጠቢባኑን ወደ የትኛው ከተማ ነበር የላካቸው? ....
5. ጠቢባኑ የሹዋን ሲያዩ ምን አደረጉ? ....
6. መጽሐፍ ቅዱስ ምን ያህል ጠቢባን መሲሑን ለማየት እንደ መጡ ነው የሚናገረው? ....
7. ጠቢባኑ ለየሹዋ የሰጡት ምን ነበር? ....
8. ጠቢባኑ ወደ ሄሮድስ ያልተመለሱት ለምንድነው? ....
9. መጽሐፍ ቅዱስ ውስጥ ጠቢባኑ የተጠቀሱት ሌላ የት ቦታ ነበር? ....
10. ጠቢባኑ እንዳታለሉት ሄሮድስ ሲያውቅ ምን ነበር ያደረገው? ....

www.biblepathwayadventures.com
የንጉሡ ልደት መሥሪያ መጽሐፍ

© BPA Publishing Ltd 2022

Jewish Voice Ministries International

ወደ ቤተ መቅደስ መወሰድ

ዘፀአት 13፡2፣ 12 እና ሉቃስ 2 አንብብ።
ከታች ያሉትን ጥያቄዎች መልስ

1. ልጁን የሹዋ እንድትለው ለማርያም የነገራት ማን ነው? ....
2. ቤተ መቅደስ የሚገኘው የት ከተማ ነበር? ....
3. የሹዋ የተገረዘው በስንተኛው ቀን ነበር? ....
4. ማርያምና ዮሴፍ የሹዋን ወደ ቤተ መቅደስ የወሰዱት ለምን ነበር? ....
5. የሹዋን ስታይ፣ ‹‹ዐይኖቼ ማዳንህን አይተዋልና…›› ያለችው ማን ነበረች? ....
6. ሐና በየዕለቱ በቤተ መቅደስ ምን ታደርግ ነበር? ....
7. የሹዋን ስታይ ሐና ዕድሜዋ ምን ያህል ነበር? ....
8. ሐና ከየትኛው የእስራኤል ነገድ ነበረች? ....
9. ማርያምና ዮሴፍ ለቤተ መቅደስ ያደረጉት ስጦታ ምን ነበር? ....
10. ወደ ቤተ መቅደስ ከወሰዱት በኋላ ማርያምና ዮሴፍ የሹዋን ወዴት ነበር የወሰዱት? ....

Jewish Voice Ministries International

ቀለል ያሉ የታሪክ ሐቆች

ልጇን የሹዋ ብላ እንድትጠራው መልአኩ ገብርኤል ለማርያም ነገራት፤ የሹዋ፣ ‹‹መድኃኒት››

ማለት ነው። ሮማውያን፣ ሶል ኢንቪክተስ የሚባለውን የፀሐይ አምላክ ያመልኩ ነበር፤ ይህም፣
‹‹የማይሸነፈው ፀሐይ›› ማለት ነው። በየዓመቱ ልደቱን የሚያከብሩት ታህሳስ 25 ቀን ነበር።

የመለከት በዓል እግዚአብሔር ከወሰነው ጊዜ አንዱ ነበር። በዚህ ቀን 100 ጊዜ መለከት ይነፋል፤ መጨረሻ የሚነፋው፣ ‹‹የመጨረሻው መለከት›› በመባል ይታወቃል። ንጉሦች ሲሾሙ ወይም ሲቀቡ መለከት ይነፋል።

ራእይ 12 ላይ ያለው ቃል የሹዋ በተወለደ ጊዜ ጠቢባኑ ሰማይ ላይ ካዩት ጋር እንደሚገጣጠም የዘመኑ የከዋክብት ጥናት ሳይንስ አረጋግጧል (ራእይ 12፤1)

ንጉሥ ሄሮድስ የአረብ ዝርያ ያለው ሰው እንጂ፣ አይሁድ አልነበረም። ምንም እንኳ የይሁዳ ንጉሥ ተብሎ ቢጠራም፣ ይህን ሹመት የሰጡት ሮማውያን እንጂ፣ አይሁድ አልነበሩም።

ጠቢባኑ የሹዋን ለማየት 1200 ማይል የተጓዙት ከሱሳ ከተማ (ጳርቴ ውስጥ ከነበረችው) ሊሆን ይችላል። እነርሱ ቤተ ልሔም በሚደርሱበት ጊዜ የሹዋ በጣም ትንሽ ልጅ ነበር።

ጠቢባን ሰዎች

‹‹ጠቢባን ሰዎች›› የሚለው ከጳርቴ ለመጡት እንግዶች የሚስማማ ተገቢ ስያሜ ነው። ‹‹ጠቢባን›› ለሚለው የግሪኩ ቃል፣ ‹‹ጥበበኛ ሰዎች›› ማለት ሲሆን፣ ‹‹የፋርስ ከዋክብት አጥኚዎች ወይም ካህናት›› ማለት ነው። የሹዋ በተወለደ ዘመን ጳርቴ ፋርስን ትገዛ ነበር፤ ስለሆነም መጽሐፍ ቅዱስ ውስጥ የተጠቀሱት የጳርቴ ሰዎች የዚያው አገር ባላባት ወይም ካህናት ሊሆኑ ይችላሉ።

ጠቢባኑ በጳርቴ መንግሥት ከፍ ያለ ሥልጣን ያላቸው ሰዎች ነበሩ። አንዳንዶቹ የነገሥታት ቤተ ሰብ (አራሲድስ) ነበሩ፤ ሌሎቹ ካህናትና (ጠቢባን) የነገሥታት ዘር የሌላቸው በጣም ታላላቅ ሰዎች ነበሩ። ንጉሡን የመቈጣጠር ኀላፊነታቸውን በሚገባ ተግባር ላይ የሚያውሉ መብት ያላቸው የማኅበረ ሰቡ ሰዎች ነበሩ። በ200 ዓ.ም በጳርቴ መንግሥት 80,000 ጠቢባን እንደ ነበሩ ይታሰባል። በጣም ሰፊ የእርሻ ቦታ ነበራቸው፤ እንደ ፈለጋቸው የሚገዙት ትልልቅ መንደሮችና ሰፈሮች የነበሩዋቸው ዋነኞቹ ነዋሪዎች እነርሱ ነበሩ። መንግሥቱ እየወደቀ ሲሄድ የጠቢባኑ አስፈላጊነትም እንደዚያው ሆነ። መጨረሻ ላይ በጣም በጥቂቱ ታዋቂነት ያላቸው የተናቁ ሰዎች ሆኑ።

ጠቢቡን ሰው ከለር ቀቡ

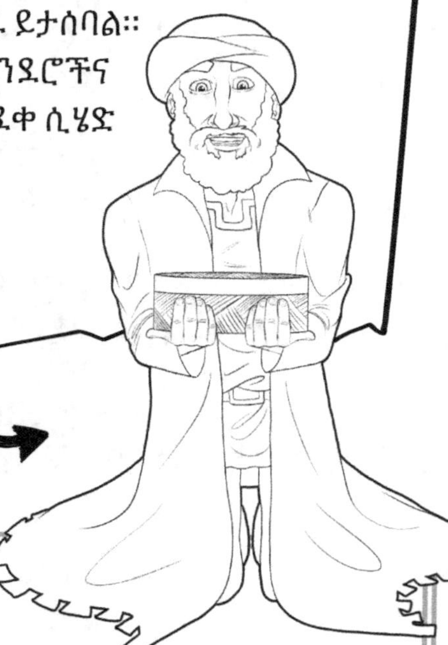

ጠቢባኑ የየት አገር ሰዎች ነበሩ?

....

ጠቢባኑ እነማን ነበሩ?

....

የኢየሩሳሌም ከተማ

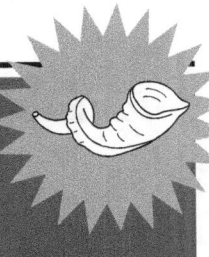

ይሁዳ በዚህ ዘመን

ማቴዎስ 2 | የይሁዳ ምድር | የመጽሐፍ ቅዱስ ታሪክ ሕትመት

ቤተልሔም ላይ የታየው ኮከብ

....

....

....

....

....

....

የጳርቴ ጠቢባን

ሄሮድስ ጠቢባኑን አስጠራ!

....

....

....

....

www.biblepathwayadventures.com
የንጉሡ ልደት መሥሪያ መጽሐፍ

© BPA Publishing Ltd 2022

ጠቢባኑ ሰዎች

መጽሐፍ ቅዱስህን ማቴዎስ 2 ላይ ግለጥ። ጥያቄዎችን መልስ፤ ስዕሉን ከለር ቀባ።

1. የሹዋ በተወለደ ጊዜ ንጉሡ ማን ነበር? (ቁጥር 1)

....

....

....

....

2. ጠቢባኑ የመጡት ከየት ነበር? (ቁጥር 1)

....

....

....

....

3. ኢየሩሳሌም ሲደርሱ ጠቢባኑ ምን አሉ? (ቁጥር 2)

....

....

....

ትክክለኞቹን መልሶች ክበባቸው

ጥያቄዎቹን አንብብ፤ ከታች ያሉትን ትክክለኛ መልሶች ክበባቸው።

1. ልጅ እንደምትወልድ ለማርያም የነገራት ማነው?
ሀ) ጠቢባኑ
ለ) ሊቀ መልአኩ ሚካኤል
ሐ) መልአኩ ገብርኤል
መ) ንጉሥ ሄሮድስ

2. ማርያም ከኤልሳቤጥ ጋር ምን ያህል ጊዜ ቆየች?
ሀ) ሦስት ወር
ለ) አንድ ወር
ሐ) ሦስት ቀን
መ) ስድስት ወር

3. በሮም መንግሥት የሕዝብ ቈጠራ እንዲደረግ ያዘዘው ማን ነበር?
ሀ) ቄሳር
ለ) ንጉሥ ሄሮድስ
ሐ) ንጉሥ ዳዊት
መ) ታላቁ እስክንድር

4. የሹዋ የተወለደው የት ከተማ ነበር?
ሀ) ኢያሪኮ
ለ) ናዝሬት
ሐ) ኢየሩሳሌም
መ) ቤተልሔም

5. የሹዋ ከየትኛው የእስራኤል ነገድ ነበር?
ሀ) ዛብሎን
ለ) ይሁዳ
ሐ) ኤፍሬም
መ) ብንያም

Jewish Voice Ministries International

በኢየሩሳሌም የነበረው ቤተ መቅደስ

በመጽሐፍ ቅዱስ ዘመን ኢየሩሳሌም የነበረው ቤተ መቅደስ የአይሁድ ሕይወት ማዕከል ነበር፡ ፡ የተጀመረው ንጉሥ ሰሎሞን የመጀመሪያውን ቤተ መቅደስ የሠራ ጊዜ ሲሆን፣ ያበቃው በ70 ዓ.ም ሮማውያን ያፈረሱት ጊዜ ነበር። የቃል ኪዳኑ ታቦት ማደሪያ እንዲሆን በአሥረኛው መቶኛ ዓመት ንጉሥ ሰሎሞን የመጀመሪያውን ቤተ መቅደስ ሠራ፤ በኋላም በባቢሎናውያን ፈረሰ። የከበሩ ዕቃዎቹን ሁሉ ዘረፉ፤ የቀረውንም አቃጠሉ። ሁለተኛው ቤተ መቅደስ በነህምያ ዘመን ተሠርቶ ነበር፤ በንጉሥ ሄሮድስ አገዛዝ ታላቅ ጥገና ተደርጎለት ነበር።

ሄሮድስ የቤተ መቅደሱን ተራራ ያስፋፋበት ምክንያት አንዱ፣ በሦስቱ ታላላቅ በዓሎች - በፋሲካና የቂጣ በዓል፣ ሻቩኦት እና ሱኮት ወደ ኢየሩሳሌም ለሚመጡ ብዙ ተጓዦች በቂ ቦታ ለማዘጋጀት ነበር፡ ፡ የግንብ አጥሮቹን ለመሥራት ለአሥር ዓመት፣ 10,000 ሠራተኞች ሲሠሩ ነበር! ሥራው ሲጠናቀቅ ዐውደ ምሕረቱ ሃያ አራት የኳስ ሜዳ የመያዝ ስፋት ነበረው። ሰዎች ወደ ቤተ መቅደሱ አደባባይ እንጂ፣ ቤተ መቅደሱ ውስጥ መግባት አይችሉም ነበር። ያም ሆኖ፣ የሕዝብ ሕንፃ እንደሆነ ነበር የሚታሰበው። በሮማውያን ዘመን የነበረው ከፍተኛው የአይሁድ ሸንጎ ፍርድ ቤት መሰብሰቢያ ቦታም ነበር። በቶራ እንደ ታዘዘው የመንጻት ጊዜ ሲደርስ ዮሴፍና ማርያም የሹዋ ወደ ቤተ መቅደስ ወስደው በእግዚአብሔር ፊት አቀረቡት።

ቤተ መቅደሱን ከለር ቀባ

Jewish Voice Ministries International

የጠቢባኑ ጉዞ

ጠቢባኑ ወደ ቤተልሔም ሄደው የሹዋን እንዲያገኙ መርዳት

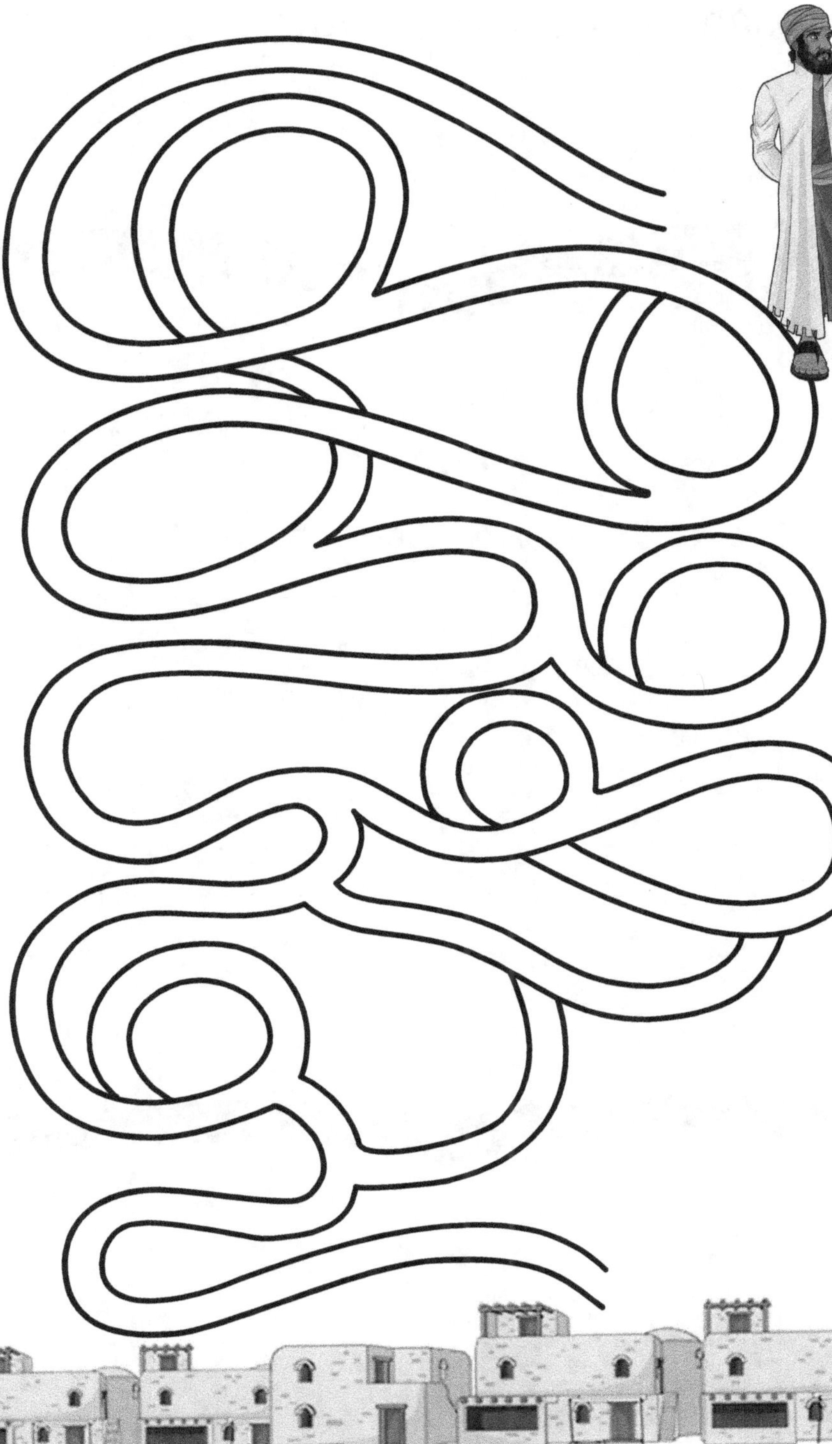

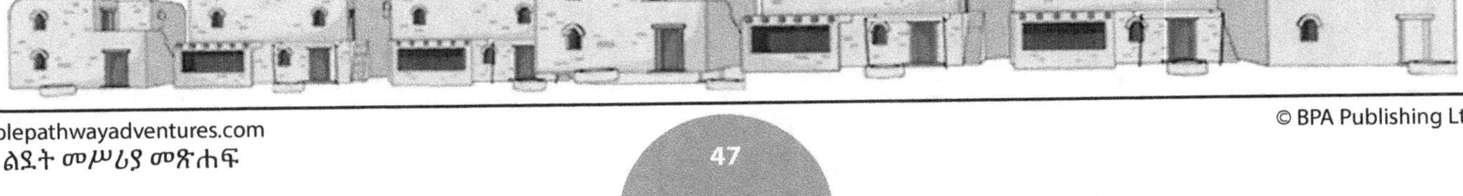

www.biblepathwayadventures.com
የንጉሡ ልደት መሥሪያ መጽሐፍ

© BPA Publishing Ltd 2022

Jewish Voice Ministries International

የራስህን ፓስፖርት ማዘጋጀት!

ጠቢባኑ መሲሑን ለማየት ረጅም መንገድ ተጓዙ። በዚህ ዘመን ጉዞ ስታደርጉ ፓስፖርት ያስፈልጋቹኋል። እስካሁን ድረስ ወዴት ሄዳቹኋል? ከታቹ ያለውን ፓስፖርት ሙሉ።

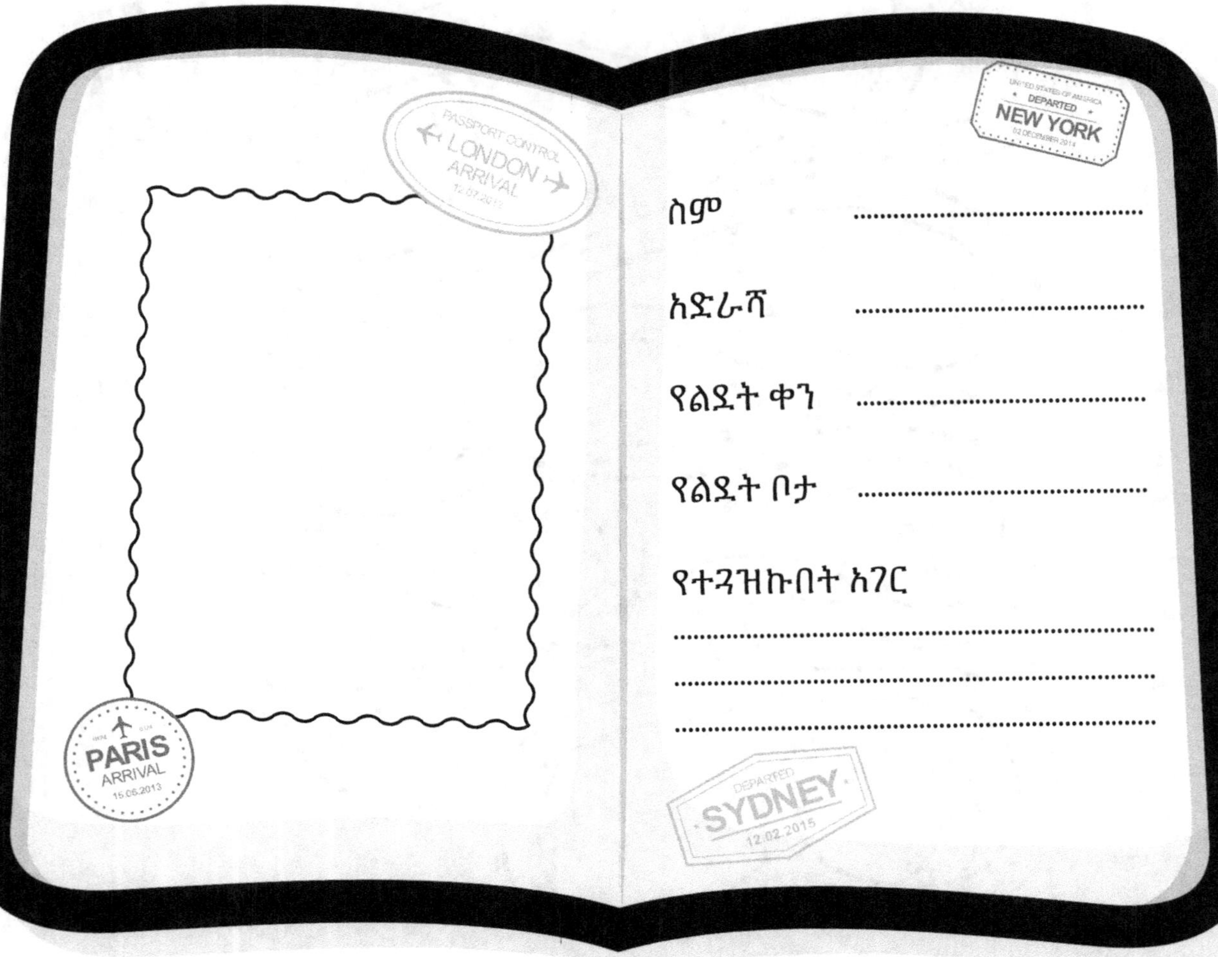

ስም ....
አድራሻ ....
የልደት ቀን ....
የልደት ቦታ ....
የተጓዝኩበት አገር

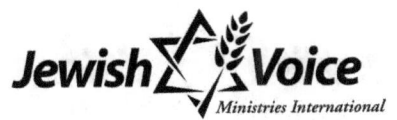

እንጻፍ

ማቴዎስ 2፥1-8 አንብብ። ታች ባሉት መስመሮች የጠቢባኑን ታሪክ በራስህ ቃላት ጻፍ።

Jewish Voice Ministries International

ትምህርት 4

የትምህርቱ ዕቅድ

የጠቢባኑ ጉብኝት

አስተማሪው :- ___________________________

የዛሬው የመጽሐፍ ቅዱስ ምንባብ ማቴዎስ 2፤9-12

የእንኳን መጣችሁ ጸሎት፡-
ትምህርቱን ከመጀመርህ በፊት ከልጆቹ ጋር አጭር ጸሎት አድርግ።

የትምህርቱ ግቦች፡-
በዚህ ትምህርት ልጆቹ፡-
1. ጠቢባኑ የሹዋን ሲያገኙ ምን እንደሆነ፣
2. ጠቢባኑ ንጉሥ ሄሮድስን በድጋሚ ማግኘት ለምን እንዳልፈለጉ ይማራሉ።

ይህን ታውቃላችሁ?
ሄሮድስ የአረብ ዝርያ ያለው ሰው እንጂ፣ አይሁድ አልነበረም፡፡ ‹‹የአይሁድ ንጉሥ›› ተብሎ ቢጠራም፣ ይህን ሹመት የሰጡት ሮማውያን እንጂ አይሁድ አልነበሩም።

የመጽሐፍ ቅዱስ ትምህርት ዳሰሳ፡-
ጠቢባኑ ሰዎች ከንጉሥ ሄሮድስ እንደ ተለዩ ኮከቡን ተከትለው ወደ ቤተልሔም ሄዱ። እዚያ ሲደርሱ ዝቅ ብለው ለመሲሑ የሹዋ ሰገዱ፡፡ ሻንጣቸውን ከፍተው ወርቅ፣ ዕጣንና ከርቤ ሰጡት። ግን ቤተልሔም ብዙ አልቈዩም። ንጉሥ ሄሮድስ ወዳለበት ወደ ኢየሩሳሌም እንዳይመለሱ ለጠቢባኑ እግዚአብሔር ነገራቸው። በሌላ መንገድ በምስጢር ወደ አገራቸው ተመለሱ።

ትምህርቱን እንከልስ፡-

ለተማሪዎቹ ጥያቄዎች፡-

1. ጠቢባኑ መሲሑን የት እንደሚያገኙት ያውቁት እንዴት ነበር?
2. በዚያ ጊዜ የሹዋና ቤተ ሰቡ የነበሩት የት ነበር?
3. የሹዋን ሲያዩት ጠቢባኑ ሰዎች ምን አደረጉ?
4. ጠቢባኑ ሰዎች ለየሹዋ ምን ነበር የሰጡት?
5. ጠቢባኑ በሌላ መንገድ ወደ አገራቸው የተመለሱት ለምንድነው?

የእግዚአብሔርን ቃል እንዲያስታውሱ ልጆችን ለመርዳት በቃል የሚያዝ ጥቅስ፡-

‹‹ሣጥኖቻቸውን ከፍተው ወርቅ፣ ዕጣን፣ ከርቤም አቀረቡለት፡፡›› (ማቴዎስ 2፥11)

የሚደረጉ ነገሮች፡-

ከለር ገጽ፡- ጠቢባኑ ሰዎች ከንጉሥ ሄሮድስ ጋር ተገናኙ
የመጽሐፍ ቅዱስ ቃል ማሰባሰብ፡ ሄሮድስ
የመረጃ ገጽ፡- ጉዞ ወደ ኢየሩሳሌም
የዕብራይስጥ ፊደል እንማር
መሥሪያ ገጽ፡- የጠቢባኑ ጉብኝት
ቃሉ ምንድነው?
መሥሪያ ገጽ፡- የጠቢባኑ ሰዎች ስጦታ
መሥሪያ ገጽ፡- እንሳል!
ከለር መሥሪያ ገጽ፡- የንጉሡ መወለድ
ከለር ገጽ፡- ጠቢባኑ ሰዎች

የመዝጊያ ጸሎት

በአጭር ጸሎት ትምህርቱን አብቃ፡፡

‹‹ ጠቢባኑ ንጉሡ ያለውን ከሰሙ በኋላ በሌላ መንገድ ሄዱ፡፡ ››

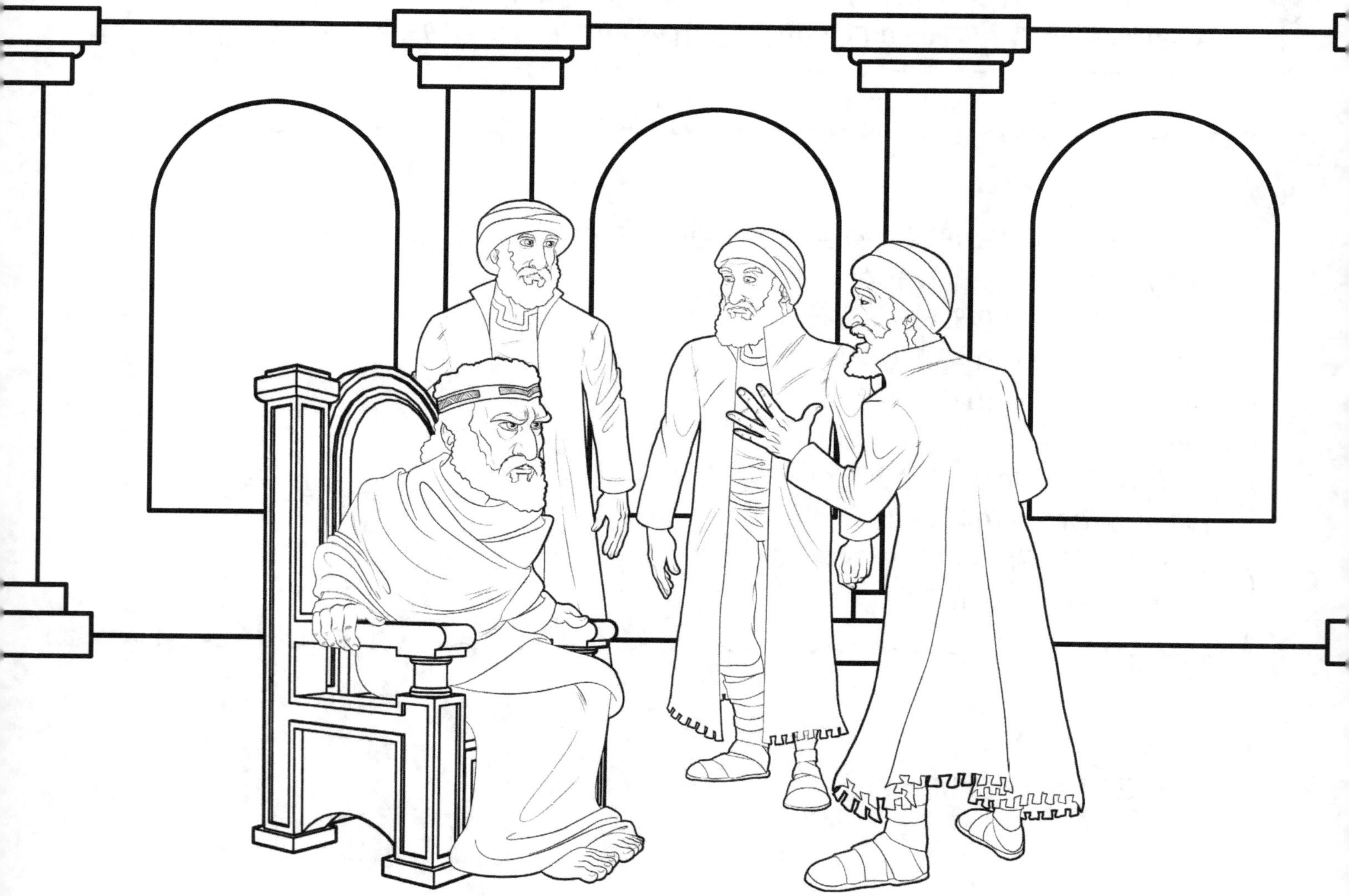

(ማቴዎስ 2፥9)

ሄሮድስ የይሁዳ ንጉሥ ነበር። እንዷ ገና ወደ ንጉሡ እንዳይመለሱ እግዚአብሔር ጠቢባኑን አስጠነቀቃቸው። ስለዚህ በሌላ መንገድ ወደ አገራቸው ተመለሱ (ማቴዎስ 2፥7-12) በዚህ የመጽሐፍ ቅዱስ ምንባብ ስለ ተጠቀሱት ሰዎችና ቦታዎች ለመማር ቃላቱን አስባስብ።

ንባጠቢ	....	ንፃሐ	....
ድስሄሮ	....	ምልሐ	....
ብከኮ	....	ቸውቀቃነአሰጠ	....
ምሔልተቤ	....	ርአገ	....

Jewish Voice Ministries International

ጕዞ ወደ ኢየሩሳሌም

በዚህ ጕዞ ምን ያህል ሰዎች እንደ ነበሩ መጽሐፍ ቅዱስ አይናገርም፤ ይሁን እንጂ፣ መጽሐፍ ቅዱሳዊ ሁኔታዎችና ታሪክ ለመሲሑ ለመስገድ ብዙ የጳርቴ ጠቢባን ወደ ኢየሩሳሌም መጓዛቸውን ያመለክታሉ፡ ፡ ወደ ኢየሩሳሌም ለመሄድ ከመነሣታቸው በፊት ስጦታዎች ለማዘጋጀት፣ ጉዳዮቻቸውን በታ በታ ለማስያዝ፣ ግመሎቻቸውን ለመጫን፣ የሚጠብቋቸው ወታደሮች ለማግኘት፣ ጠቢባኑ ጊዜ ሳይወስዱ አልቀረም። ‹‹ወርቅ፣ ዕጣንና ከርቤ›› የተጫኑ ብዙ ግመሎችና ፈረሶች ሊኖሩዋቸው ይችላሉ። 1200 ማይሎች ወደ ኢየሩሳሌም ለመጓዝ ረጅም ጊዜ ሊወስድባቸው ይችላል።

ጠቢባኑ ልባቸው መሲሐ ላይ የሆነው ለምንድነው? የታሪክ አዋቂዎች የጳርቴ ሰዎች የአሥሩ የእስራኤል ነገዶች ዘሮች ሊሆኑ እንደሚችሉና፣ ካህናቶቻቸው የሌዊ ዘሮች እንደሆኑ ያስባሉ። ዕብራውያን በምርኮ በነበሩ ጊዜ፣ ዳንኤል ከጠቢባኑ ዋናው ነበር። ከእርሱ በታች ለነበሩ የኮከቡን ትንቢት ሳይናገር እንዳቀረ ይታመናል። ይህንንም መጨረሻ እስካለው ጠቢብ ድረስ ሲያስተላልፉት ኖረዋል።

ጠቢቡን ሰዎች ከለር መቀባት

ወደ ይሁዳ ከመጓዛቸው በፊት ጠቢባኑ ምን ማድረግ ነበረባቸው?

....

ጠቢባኑ ልባቸው መሲሑ ላይ የሆነው ለምን ይመስልሃል?

....

ዕብራይስጥ እንማር

የሹዋ በዚህ ምድር በነበረ ዘመን በእስራኤል የነበሩ ብዙዎች ዕብራይስጥ ይናገሩ ነበር። የዕብራይስጥ ፊደል እንማር

አሌፍ א	ቤት ב	ጋሜል ג	ዳሌጥ ד	ሄ ה
ዋው ו	ዛይ ז	ሔት ח	ጤት ט	ዮድ י
ካፍ כ	ላሜድ ל	ሜም מ	ኖን נ	ሳምኬት ס
ዔ ע	ፌ פ	ጻዴ צ	ቆፍ ק	ሬስ ר
ሳን ש	ታው ת			

Jewish Voice Ministries International

እንጻፍ!

የሹዋ በዚህ ምድር በነበረ ዘመን በእስራኤል የነበሩ ብዙዎች ዕብራይስጥ ይናገሩ ነበር። የዕብራይስጥ ፊደል እንማር

א

ב

ג

ד

ה

ו

ז

ח

ט

י

כ

Jewish Voice Ministries International

እንጻፍ!

ታች ባሉት መስመሮች የዕብራይስጥ ፊደል መጻፍ ተለማመድ።
ዕብራይስጥ የሚጻፈው ከቀኝ ወደ ግራ መሆኑን አስታውስ።

ל

מ

נ

ס

ע

פ

צ

ק

ר

ש

ת

የጠቢባኑ ጉብኝት

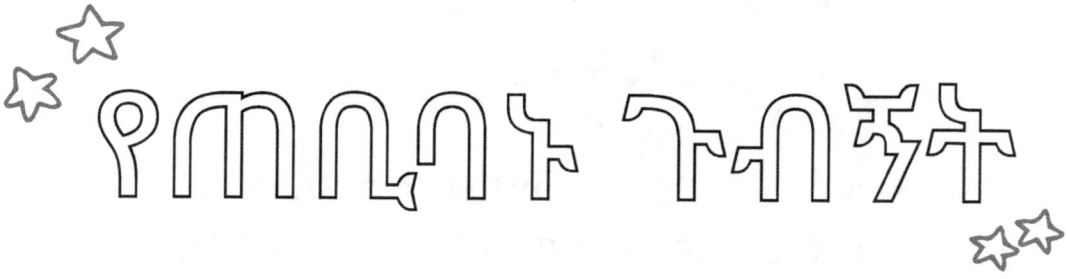

ከጠቢባኑ አንዱ እንደሆንህ አስብ። ለየሹዋ ምን ትለው ነበር?

ጠቢባኑ ወደ ቤተልሔም ሲጓዙ ስዕል ሳል።

የቤተልሔም ካርታ ሥራ አስተሳሰብህን ተጠቀም!

የንጉሥ ሄሮድስን ፀባይ እንዴት ትገልጸዋለህ?

Jewish Voice Ministries International

ቃሉ ምንድነው?

ማቴዎስ 2፥1-11 ጻፍ። ከታች ያሉትን ባዶ ቦታዎች ሙሉ።

<<በንጉሥ ሄሮድስ ዘመን የሹዋ .... ይሁዳ በተወለደ ጊዜ፣ ‹‹የተወለደው የአይሁድ ንጉሥ ወዴት ነው? በምሥራቅ ኮከቡን አይተን ልንሰግድለት መጥተናልና›› እያሉ ጠቢባኑ .... ወደ .... መጡ። ንጉሥ ሄሮድስ ይህን ሲሰማ በጣም ታወከ፤ ኢየሩሌምም ሁሉ ከእርሱ ጋር ታወከ። ሊቃነ ካህናቱንና ጸሓፍትን ሰብስቦ .... የሚወለደው የት እንደሆነ ጠየቃቸው። እነርሱም፣ ‹‹በይሁዳ ቤተልሔም፤ ነቢዩ እንዲህ ብሎ ጽፎአልና አሉ፤ ‹.............................. ምድር የምትገኚው አንቺ ቤተ ልሔም፣ ከሌሎቹ የይሁዳ ገዦች በምንም አታንሺም፤ የሕዝቤ .... ጠባቂ የሚሆን ከአንቺ ይወጣልና›› ሄሮድስ .... በምስጢር አስጠርቶ ኮከቡ የታየበትን ትክክለኛ ጊዜ ተረዳ። ‹‹ሂዱና ሕፃኑን ፈልጉ፤ እኔም ደግሞ ሄጄ ....፣ የት እንዳለ ንገሩኝ›› በማለት ወደ ቤተልሔም ላካቸው። .... ከሰሙ በኋላ ጠቢባኑ ሄዱ፤ በምሥራቅ ያዩት ኮከብ እየመራቸው .... እስካለበት ድረስ ወሰዳቸው። .... ሲያዩ በጣም ደስ አላቸው። ወደ ቤት ሲገቡ ሕፃኑን ከማርያም ጋር አዩ፤ ተንበርክከውም ሰገዱለት። ሣጥኖቻቸውንም ከፍተው ....፣ ዕጣን ከርቤም አቀረቡለት። >>

ቤተልሔም	ይሁዳ	ሄሮድስ
ኢየሩሳሌም	እስራኤል	ሕፃኑ
ምሥራቅ	ጠቢባኑ	ኮከብ
መሲሕ	ሰገዱለት	ወርቅ

የጠቢባኑ ስጦታ

ጠቢባኑ ለየሹዋ ወርቅ፣ ዕጣንና ከርቤ ስጦታ አቅርበዋል። እያንዳንዱን ስጦታ ተመሳሳይ ከለር ቀባ። ከዚያም ስጦታዎቹን ቆጥረህ ቁጥሩን ተያይዞ ያለው ነገር ላይ ጻፍ።

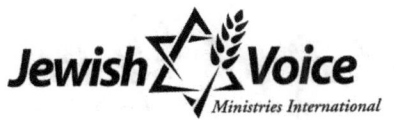

እንሳል!

ለየሹዋ ምን ትሰጡታላችሁ? ስጦታውን ታች ባለው ባዶ ቦታ ጻፍ።

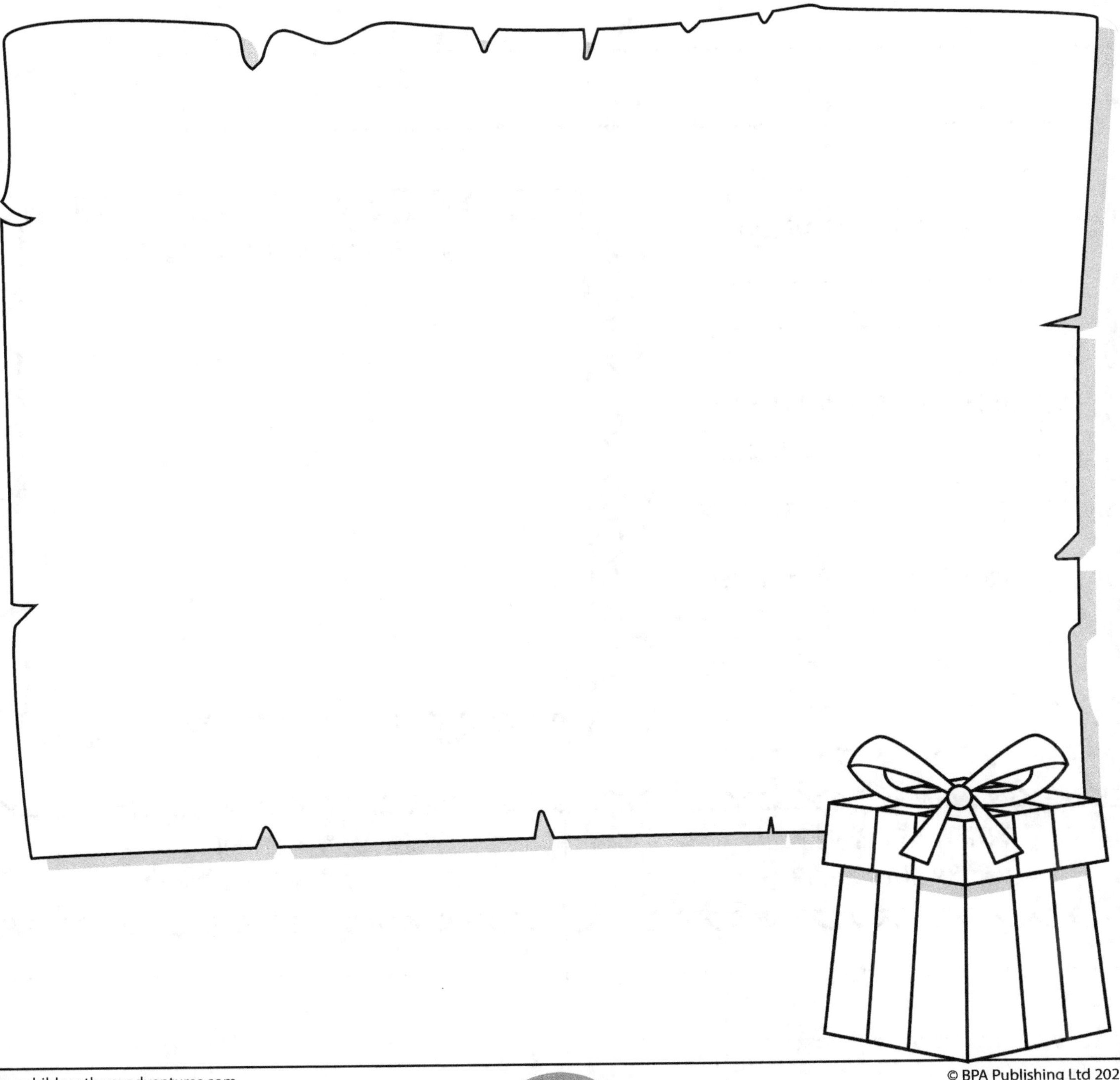

የንጉሡ መወለድ

ማቴዎስ 1፥21 አንብብና የመጽሐፍ ቅዱስ ጥቅሱን ታች ጻፍ።

....

....

....

1. የሹዋ የት ነበር የተወለደው?

....

....

2. በዚህ ጊዜ የይሁዳ ንጉሥ ማን ነበር?

....

....

3. ወደ የሹዋ የመጡት ጠቢባን ስንት ነበሩ?

....

....

ከዚህ ታሪክ የምትወደውን ስዕል ሳል

የየሹዋ ሕይወት ምንድነው የሚያስተምረኝ?	እግዚአብሔር ……. በየሹዋ ተጠቀመ።
....	....
....	....

«ተንበርክከውም ሰገዱለት።»

(ማቴዎስ 2፥11)

Jewish Voice Ministries International

ትምህርት 5

የትምህርቱ ዕቅድ

ወደ ግብፅ መሸሽ

አስተማሪው :- ______________________

የዛሬው የመጽሐፍ ቅዱስ ምንባብ፡- ማቴዎስ 2፥13-18

የእንኳን መጣችሁ ጸሎት፡-

ትምህርቱን ከመጀመርህ በፊት ከልጆቹ ጋር አጭር ጸሎት አድርግ።

የትምህርቱ ግቦች፡-

በዚህ ትምህርት ልጆቹ፡-

1. ዮሴፍ ቤተ ሰቡን ወደ ግብፅ የወሰደው ለምን እንደ ነበር፣
2. ንጉሥ ሄሮድስ የሹዋን ለመግደል ሞክሮ እንደ ነበር ይማራሉ።

ይህን ታውቃላችሁ?

በየሹዋ ዘመን የነበሩት ቅዱሳት መጻሕፍት፣ ብሉይ ኪዳን በማለት የምንጠራቸው ብቻ ነበሩ።

የመጽሐፍ ቅዱስ ትምህርት ዳሰሳ፡-

አንድ ሌሊት መልአክ በሕልም ወደ ዮሴፍ መጥቶ፣ ‹‹ተነሥ! የምትመለስበትን ጊዜ እስካስታውቅህ ድረስ ሕፃኑንና እናቱን ይዘህ ወደ ግብፅ በመሸሽ በዚያ ቆይ፣ ሄሮድስ ሕፃኑን ሊገድለው ይሻልና›› አለው። ዮሴፍ ቤተ ሰቡን ይዞ በፍጥነት ወደ ግብፅ ሄደ። ሄሮድስ ጠቢባኑ እንዳታለሉት ሲረዳ በቤተልሔም ከሁለት ዓመት በታች የሆኑ ወንዶች ልጆች ሁሉ እንዲገደሉ አዘዘ። የሹዋ እንዲገደል ፈልጓል! ግን ማርያም ዮሴፍና የሹዋ ምንም አልሆኑም። ወደ ግብፅ አገር ሸሹ።

Jewish Voice Ministries International

ትምህርቱን እንከልስ፡-

ለተማሪዎቹ ጥያቄዎች፡-

1. በሕልም ወደ ዮሴፍ የመጣው ማን ነው?
2. ዮሴፍ ምን እንዲያደርግ ተነገረው?
3. ንጉሥ ሄሮድስ ምን እንዲደረግ አዘዘ?
4. ንጉሥ ሄሮድስ ከሁለት ዓመት በታች ያሉ ወንዶች ልጆች ሁሉ እንዲገደሉ የፈለገው ለምንድነው?
5. ዮሴፍ፣ ማርያምና የሱዋ ወደ የት አገር ነበር የሸሹት?

የእግዚአብሔርን ቃል እንዲያስታውሱ ልጆችን ለመርዳት በቃል የሚያዝ ጥቅስ፡-

‹‹ተነሥ! ሕፃኑንና እናቱን ይዘህ ወደ ግብፅ ሽሽ›› (ማቴዎስ 2፥13)

የሚደረጉ ነገሮች፡-

መሥሪያ ገጽ፡- የእስራኤላዊ ቤት
ዕብራይስጥ እንማር፡- ቤት
ጥያቄውን መመለስ፤ ከለር ማድረግ፡- ወደ ግብፅ መሸሽ
የካርታ ሥራ፡- ወደ ግብፅ መሸሽ
መሥሪያ ገጽ፡- የማርያም እና ዮሴፍ ጉዞ
የካርታ ሥራ፡- ግብፅ የት ነው የሚገኘው?
የከለር ገጽ፡- የግብፅ ንጉሥ ፈርዖን
መሥሪያ ገጽ፡- ሒሮግሊፍሊፍክስ እንጻፍ
መሥሪያ ገጽ፡- ይህን ማን ነው ያለው?
የመረጃ ገጽ፡- ንጉሥ ሄሮድስ
መሥሪያ ገጽ፡- የፊደል ጥያቄ
የራስህን ታሪክ ጻፍ! የመሲሑ መወለድ

የመዝጊያ ጸሎት

በአጭር ጸሎት ትምህርቱን አብቃ።

የእስራኤላዊ ቤት

የሹዋ በነበረ ዘመን አብዛኞቹ የእስራኤላውያን ቤቶች ትንንሽና ጠፍጣፋ ነበሩ። ከጭቃ ሸክላና ድንጋይ የተሠሩ ነበሩ፤ ጣሪያዎቹም ከጭራሮ ወይም በጭቃ በተለወሰ ገለባ ነበር የሚሠራው። ሌሊት ሲሆን በአውሬ እንዳይጠቁና ሌባ እንዳይወስዳቸው የቤት እንስሳት በረት ውስጥ ያድሩ ነበር። ጠቢባኑ በመጡ ጊዜ የእኛ መሲሕ እንዲህ ያለ ቤት ውስጥ ነበርን? ስዕሉን ከለር ቀባ።

በገለባ የተሸፈነ ጣራ
ፎቅ ላይ መኖሪያ ቦታ
ወጥ ቤት
በረት
ግቢ

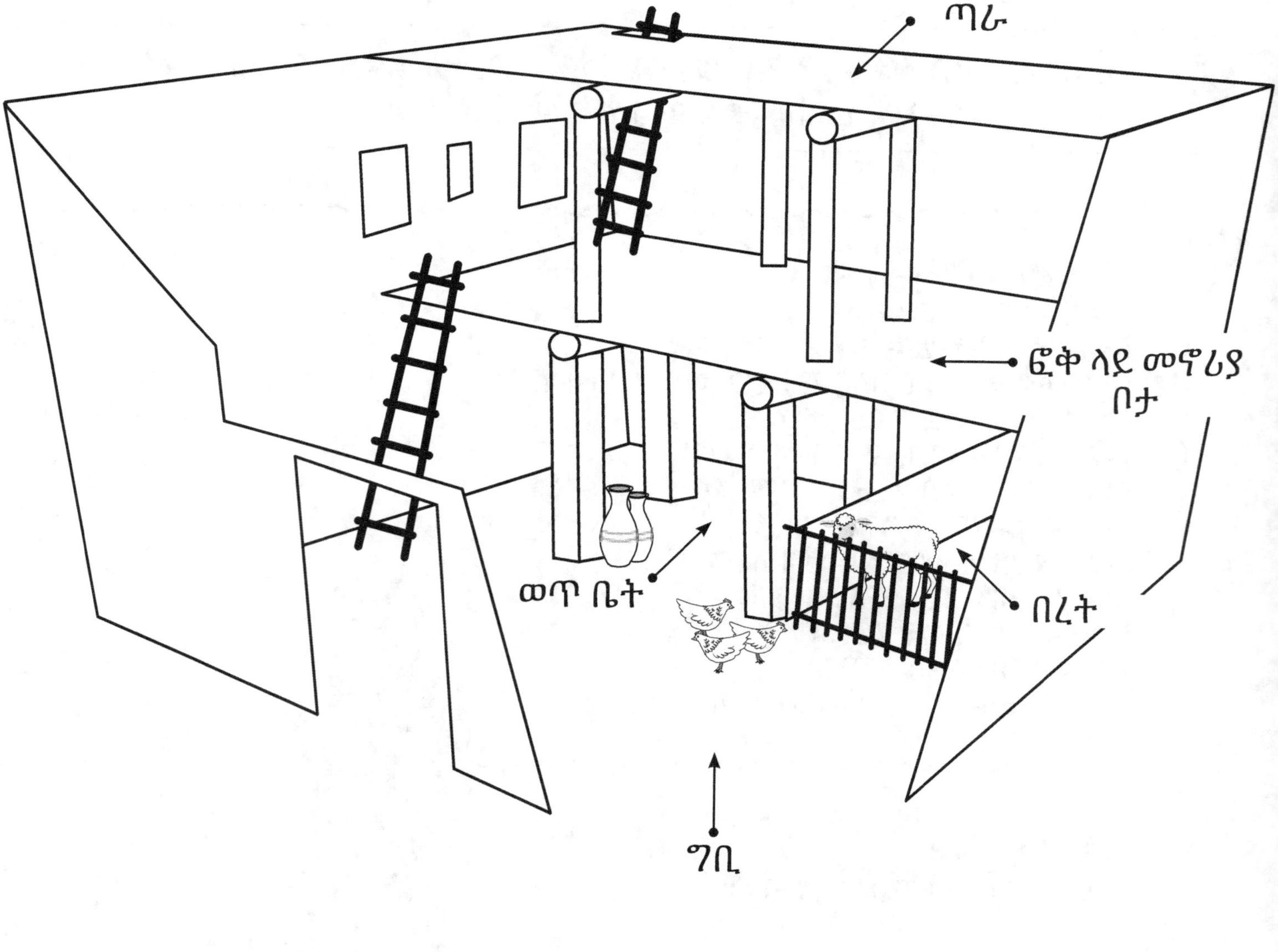

Jewish Voice Ministries International

ቤይት

ቤት ለማለት የዕብራይስጥ ቃል ቤይት ነው የሚለው:: ብዙውን ጊዜ እስራኤላውያን ሁለት ወለል ያለው ቤት ውስጥ ነበር የሚኖሩት:: ላይኛውን ክፍል ለመኝታ ታችኛውን ክፍል ለእንስሶቹ በረት እንዲሆን ነበር የሚጠቀሙበት::

ቤይት
ቤት

እዚህ የዕብራይስጡን ቃል አግኝ

בית

בית

እዚህ የዕብራይስጡን ቃል ጻፍ

Jewish Voice Ministries International

ወደ ግብፅ መሸሽ

መጽሐፍ ቅዱስህን ገልጠህ ማቴዎስ 2 አንብብ። ጥያቄዎቹን መልስ፤ ስዕሉን ከለር ቀባ

1. ለዮሴፍ በሕልም የተገለጸው ማን ነው? (ቁጥር 13)

....

....

....

....

2. ዮሴፍ ወደ የት አገር እንዲሄድ ነው የተነገረው? (ቁጥር 13)

....

....

....

....

3. ዮሴፍና ቤተ ሰቡ በግብፅ ምን ያህል ጊዜ ቄዩ?

....

....

....

....

Jewish Voice Ministries International

ወደ ግብፅ መሸሽ

ማቴዎስ 2 አንብብ። ቤተ ሰቡን ይዞ ዮሴፍ ወደ ግብፅ ተጓዘ። ታች ያሉትን የቦታ ስሞች ካርታ ላይ አድርግ። ቤተ ሰቡ ወደ ግብፅ የሸሸበትን መንገድ ካርታው ላይ ሳል።

የዮሴፍ፣ የማርያምና የየሹዋ ጉዞ

ናዝሬት   ቤተልሔም   ኢየሩሳሌም   የግብፅ ምድር

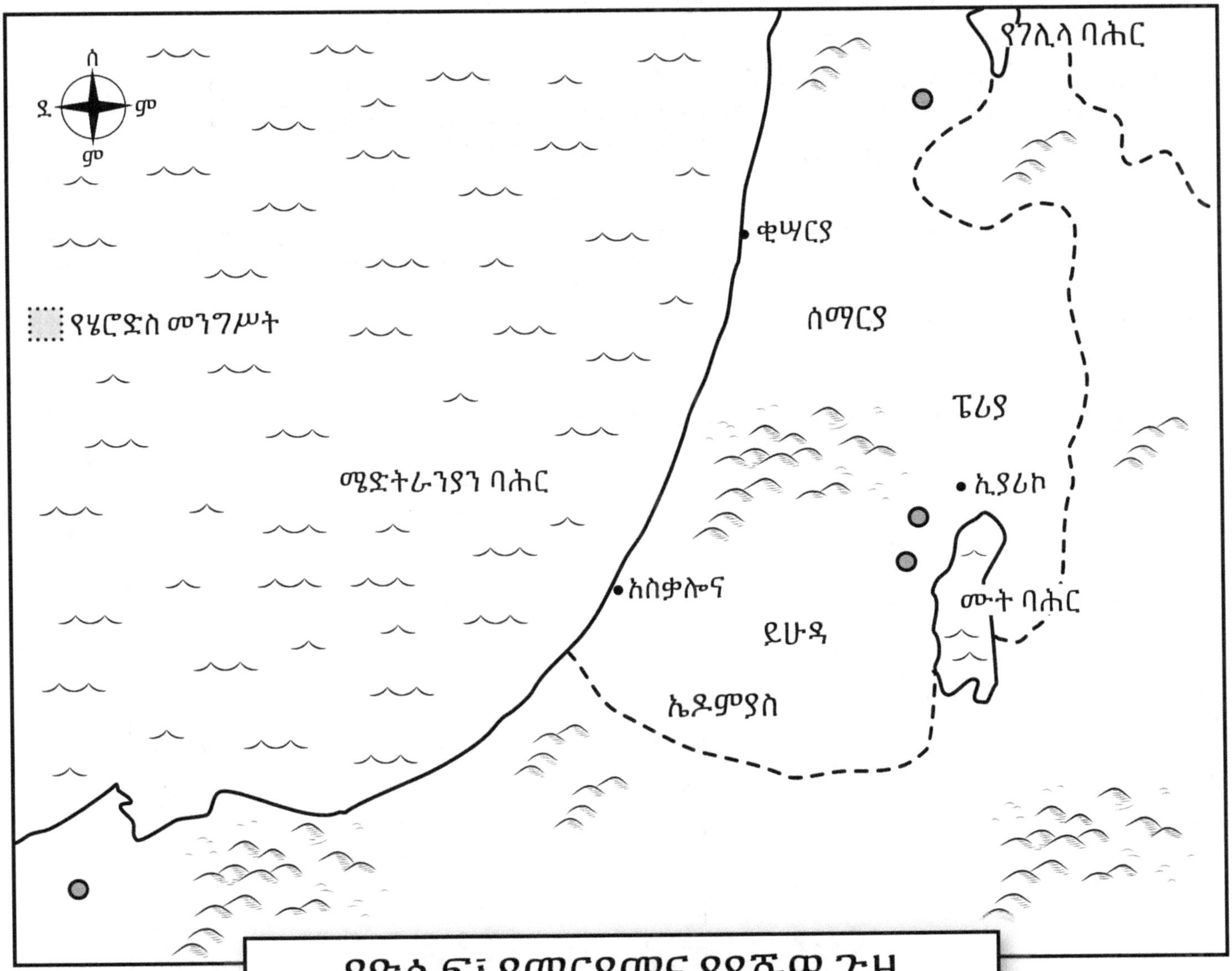

የማርያምና የዮሴፍ ጉዞ

ዮሴፍ ቤተሰቡን ወደ ግብፅ ወሰደ። ረጅምና አስቸጋሪ ጉዞ ነበር። ምን ይዘው የሄዱ ይመስልሃል? የጥንቱን የመካከለኛው ምሥራቅ ሕይወት አስብና አንዳንድ ነገሮች ዘርዝር። ከዚያም እያንዳንዱን ነገር ሻንጣው ውስጥ ሳል

1. ....
2. ....
3. ....
4. ....
5. ....
6. ....
7. ....
8. ....
9. ....
10. ....

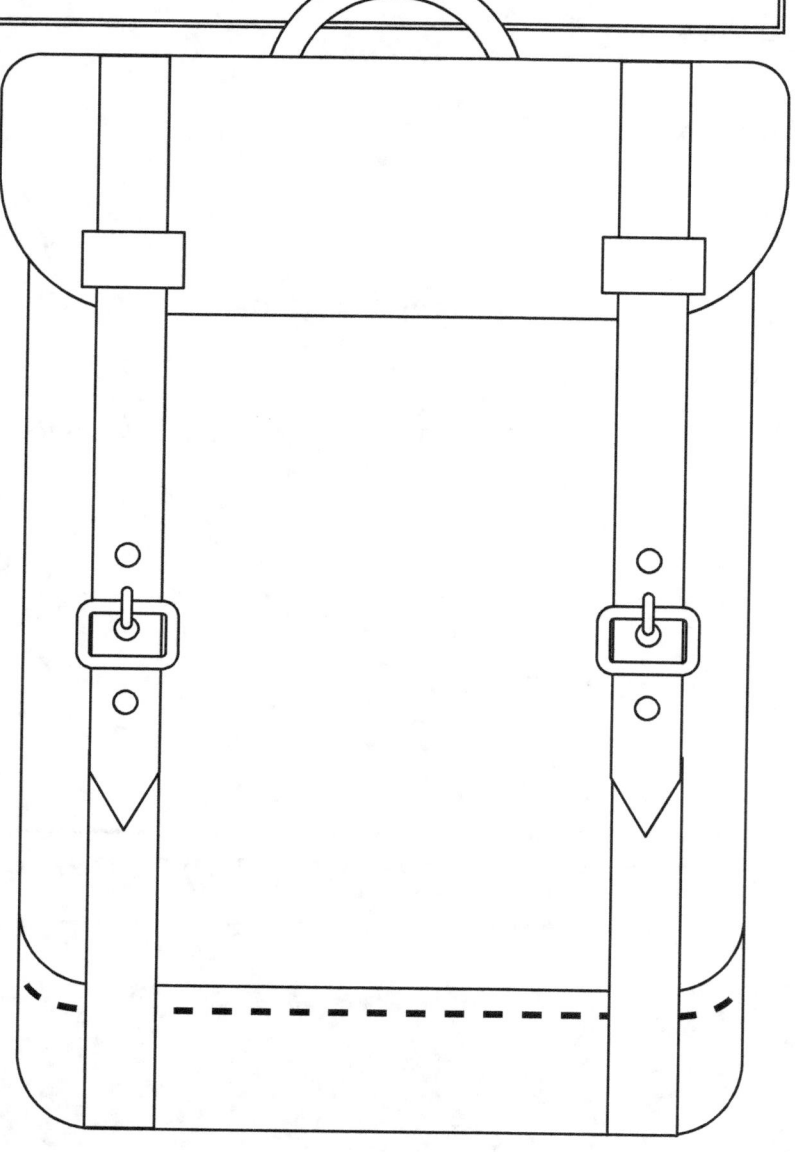

Jewish Voice Ministries International

ግብፅ የት ነው የሚገኘው?

ታች ያለውን መመሪያ በመከተል አፍሪካ ካርታ ላይ በታዎቹን ምልክት አድርግ። መልሱን ለማግኘት አትላስ ወይም ኢንተርኔት ያስፈልግህ ይሆናል።

የግብፅ ንጉሥ
ከለር ቀባ

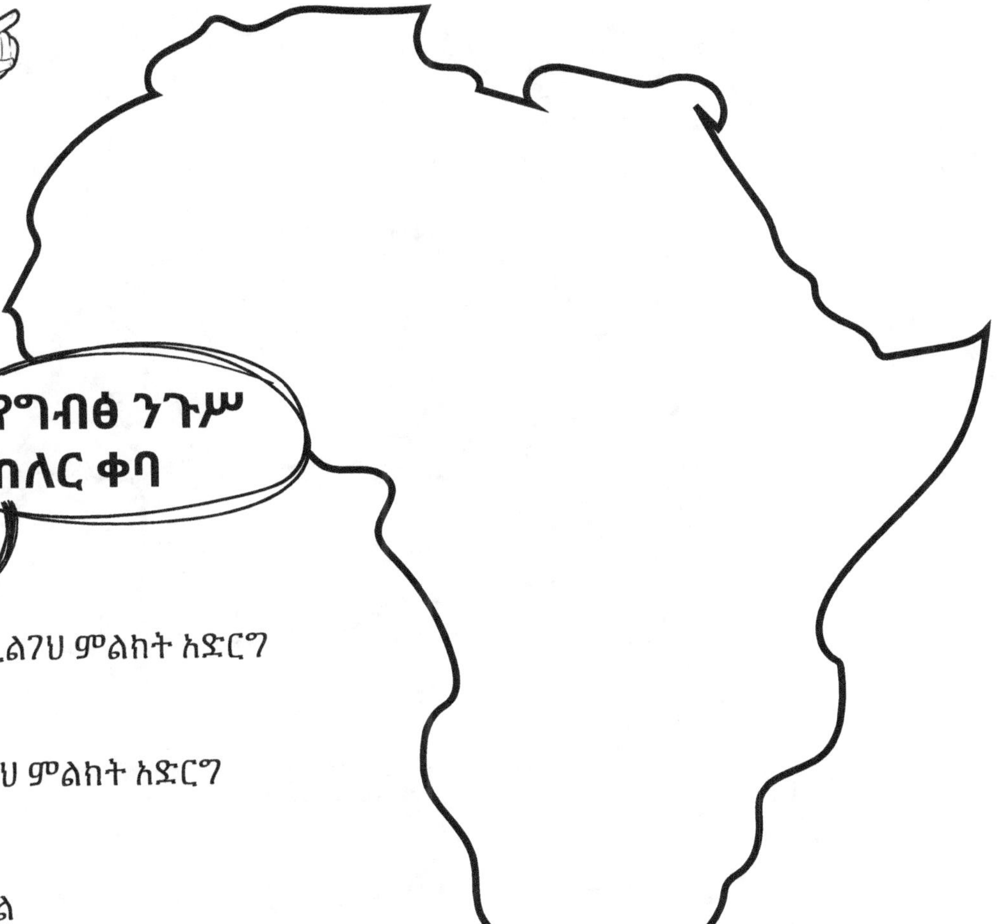

☐ የግብፅን ምድር ፈልገህ ምልክት አድርግ

☐ ቀይ ባሕርን ፈልገህ ምልክት አድርግ

☐ የዐባይን ወንዝ ሳል

በግብፅ የነበሩ አራት የመጽሐፍ ቅዱስ ገጸ ባሕርያት ዘርዝር

.... , ... , ... , ...

የግብፅ ንጉሥ ፈርዖን

ፈርዖን የግብፅ የበላይ መሪ ነበር። ላይኛውንና ታችኛውን ግብፅ ይገዛ ነበር፤ ብዙ ጊዜ እንደ አምላክ ይቈጠር ነበር። አንድ ፈርዖን ከመሞቱ በፊት፣ ከሕይወት በኋላ መልካም ኑሮ እንዲኖር ለራሱ ትልቅ መቃብር ያሠራ ነበር። በጣም ዝነኞቹ ፈርዖኖች ቱትሞስ ዳግማዊ፣ ቱታንኪሒሙን፣ እና ራምሴስ ዳግማዊ የተባሉት ናቸው። ቃሎቹን ፈልግ፤ ስዕሉን ከለር ቀባ።

የግብፅ ንጉሥ

ስምህን በሒሮግሊፊክስ ጻፍ!

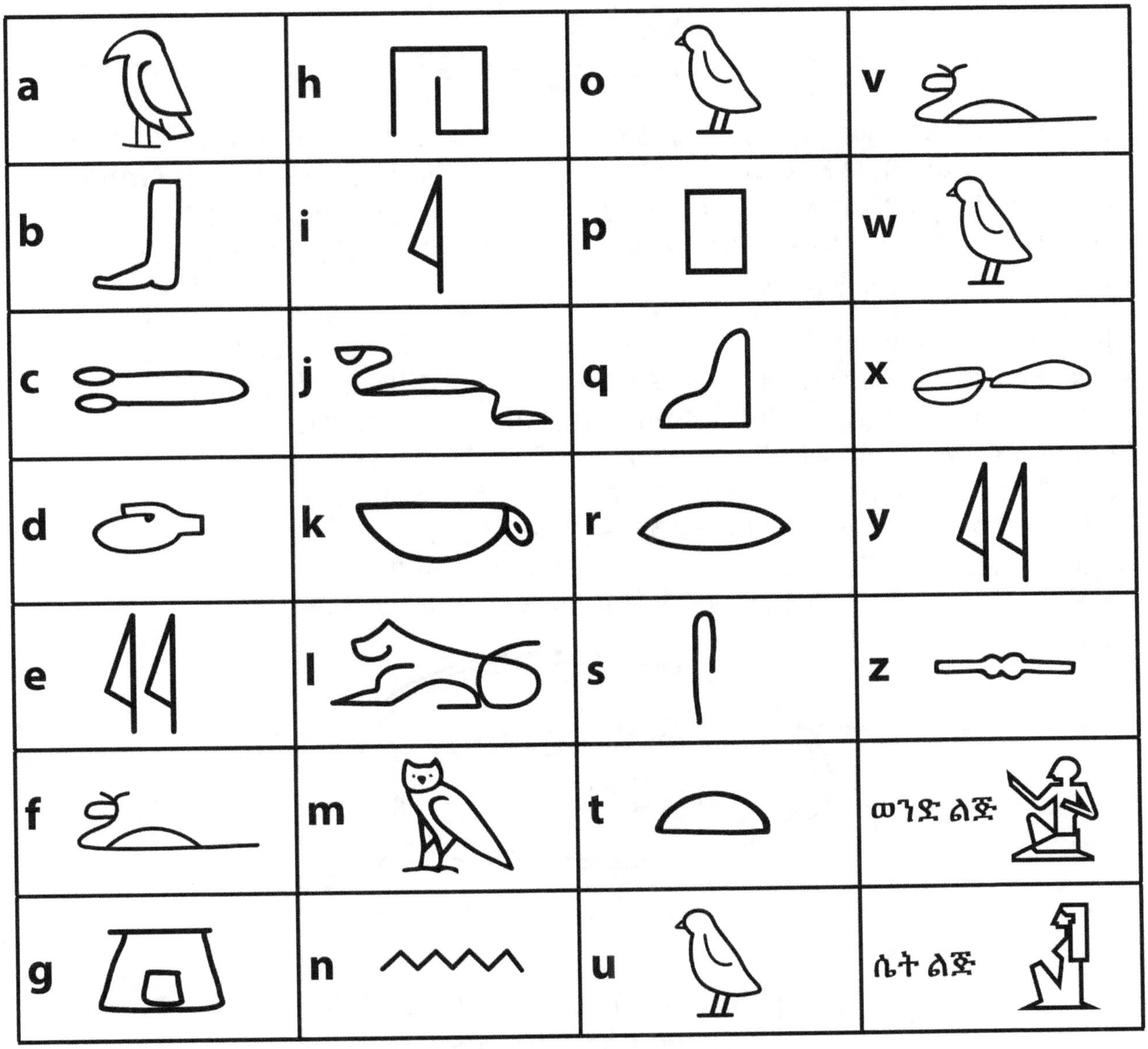

a	🦅	h	⊓	o	🐦	v	
b		i		p	▯	w	🐦
c		j		q		x	
d		k		r		y	
e		l		s		z	
f		m	🦉	t		ወንድ ልጅ	
g		n		u	🐦	ሴት ልጅ	

የግብዖች ሒሮግሊፊክስ በጥንቱ ግብፅ ጥቀም ላይ የዋሉ መደበኛ ጽሑፎች ነበሩ።
ስምህን በሒሮግሊፊክስ ጻፍ:-

ንጉሥ ሄሮድስ ማን ነበር?

ከክርስቶስ በፊት በ37 ዓመት ሮማውያን ሄሮድስን የይሁዳ ንጉሥ አድርገው ሾሙት። ንጉሥ ሄሮድስ ሥራ የበዛበት ሰው ነበር! የእስራኤልን ምድር ለአረቢያና ለመካከለኛው ምሥራቅ የንግድ ማዕከል ለማድረግ ምሽጐች፣ ቤተ መቅደሶች፣ ቤተ መንግሥቶች እና የቲያትር ቤቶች ሠራ። በዚህ ዘመን ቂሣርያን፣ ሄሮዲየምን፣ ማሳዳን እና ኢየሩሳሌምን ብትጐበኙ ሄሮድስ ያስገነባቸውን ሕንፃዎች ፍርስራሾች መመልከት ትችላላችሁ።

ይሁን እንጂ፣ ሄሮድስ ጨካኝ ንጉሥ እንደ ነበረም ይታወቃል አንዳንድ ሚስቶቹንና ወንዶች ልጆቹን ጨምሮ የቤተ ሰቡን ሰዎች እንኳ ገድሎአል። በጭካኔ አገዛዙና ለአይሁድ ባሕልና ሕጐች በነበረው ንቀት አይሁድ በጣም ይጠሉት ነበር። በእነርሱ ለመወደድ ሲል ሄሮድስ በኢየሩሳሌም ቤተ መቅደስ እንዲሠሩ ፈቀደላቸው። በጣም ብዙ የሆነውን የአይሁድ ሕዝብ ይገዛ ስለ ነበር፣ ሮማውያን ሄሮድስን ‹‹የአይሁድ ንጉሥ›› የሚል መጠሪያ ሰጡት። የአይሁድ ንጉሥ ያለበትን ቦታ እየጠየቁ ጠቢባኑ ወደ ኢየሩሳሌም ሲደርሱ፣ ሄሮድስ በጣም ተደናገጠ። ሽማግሌና ታማሚ ቢሆንም፣ ያኔም ቢሆን የአይሁድ ንጉሥ ነበር። ማንም ሰው ንጉሥነቱን እንዲወስድበት አይፈልግም ነበር።

ንጉሥ ሄሮድስን ከለር ቀቡ

ሄሮድስ የአይሁድ ንጉሥ በነበረ ጊዜ ያስገነባቸው አንዳንድ ነገሮች ምንድናቸው?

....

ጠቢባኑ ኢየሩሳሌም ሲደርሱ ሄሮድስ የደነገጠው ለምንድነው?

....

www.biblepathwayadventures.com
የንጉሡ ልደት መሥሪያ መጽሐፍ
74

© BPA Publishing Ltd 2022

ፊደልን መሙላት

በእያንዳንዱ ፊደል ውስጥ በታሪኩ የተነገረ ቃል ማግኘት ትችላላችሁን?

A..

B..

C..

D..

E..

F..

G..

H..

I..

J..

K..

L..

M..

N..

O..

P..

Q..

R..

S..

T..

U..

V..

W..

X..

Y..

Z..

የራስህን ታሪክ ጻፍ!

ማቴዎስ 1-2 እና ሉቃስ 1-2 አንብብ። በእያንዳንዱ ስዕል ጐን የመሲሑን መውለድ ታሪክ በራስህ ቃላት ጻፍ። ስዕሎቹን ከለር ቀባ።

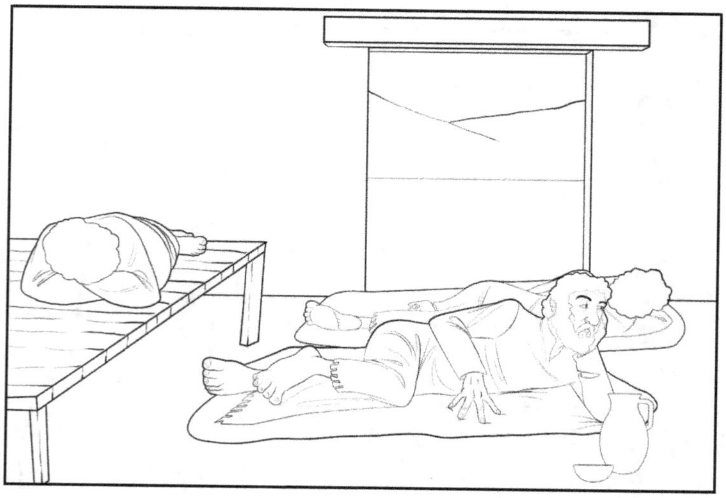

. . . .

. . . .

. . . .

. . . .

. . . .

. . . .

. . . .

. . . .

. . . .

Jewish Voice Ministries International

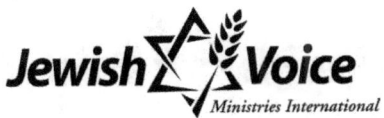

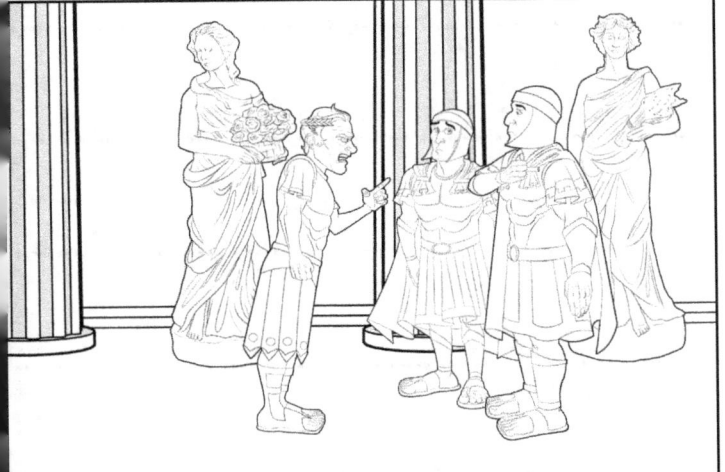

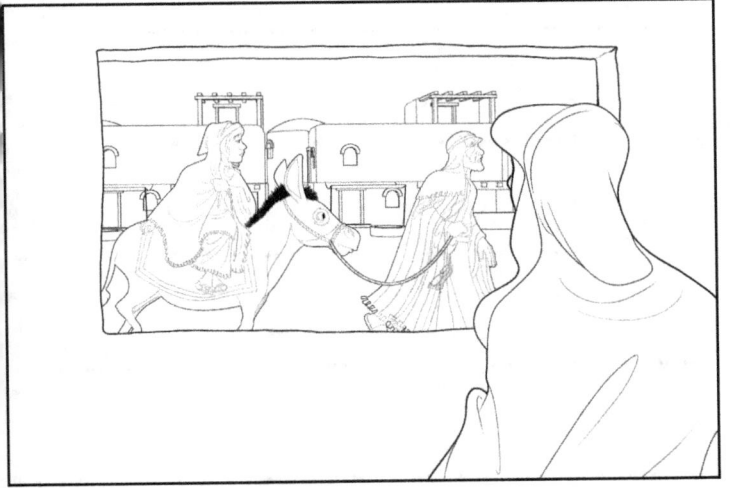

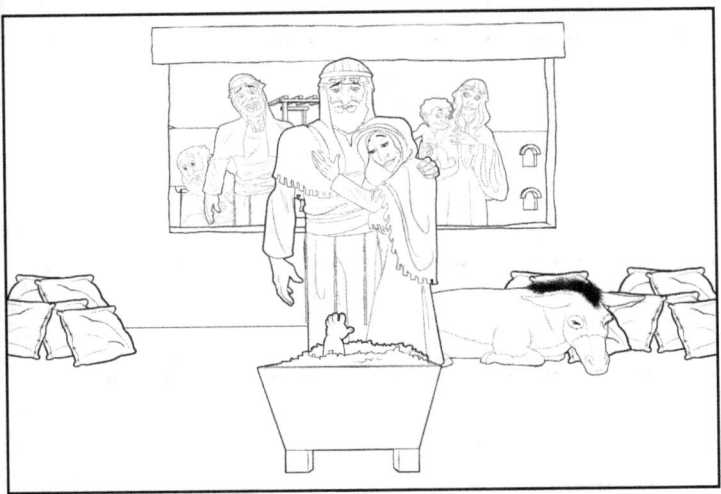

....

....

....

....

....

....

....

....

....

....

....

....

....

....

....

....

....

....

....

....

....

....

....

....

....

....

....

የንጉሡ ልደት መሥሪያ መጽሐፍ

የእጅ ሥራዎችና ፕሮጀክቶች

Jewish Voice Ministries International

ናዝሬትን መሳል፤ ስለ ናዝሬት መጻፍ

በናዝሬት የነበረ ቤተ ሰብ
የየዕለት ሕይወት ግለጽ።

ንጉሥ ተወለደ!

መካከለኛው ምሥራቅ ታሪክ አዋቂዎች እንደሚነግሩን ዕብራውያን እንስሶቻቸውን ቤት ውስጥ በር የሚያሳድሩት። ቤቱ ውስጥ ያለው ይህ ቦታ በረት ይባላል። ይህ ማለት የሹዋ የተወለደው ቤት ውስጥ ነበር ማለት ነውን? ሰዎቹና ሌሎች ነገሮችን ከለር ቀባ፤ ቁረጥ። ቤት ውስጥ ለጥፋቸው።

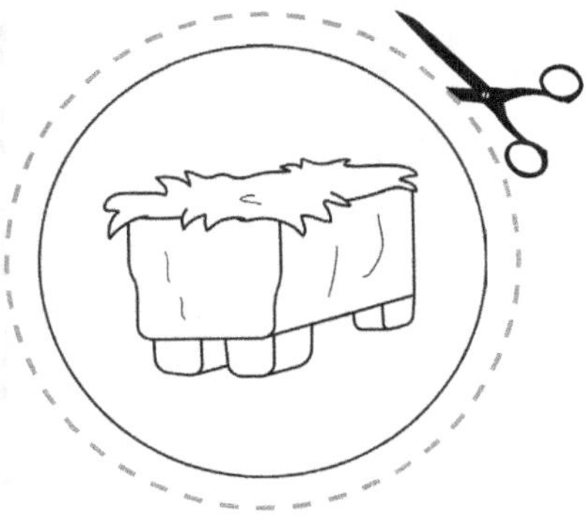

ግርግም

ዮሴፍ

ማርያም

Jewish Voice Ministries International

ይህን ያለው ማን ነው?

ማቴዎስ 2፥1-15 እና ሉቃስ 2፥1-20 አንብብ። እያንዳንዱን የመጽሐፍ ቅዱስ ገጸ ባሕርይ ከለር ቀባ፤ ቀደህ አውጣ። ጥቅሱን ከተናገረው ሰው ጋር አዛምድ።

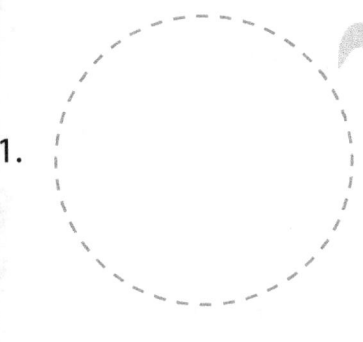

1. ‹‹ሂዱና ሕፃኑን ፈልጉ…›› - ማቴዎስ 2፥8

2. ‹‹የተወለደው የአይሁድ ንጉሥ ወዴት ነው? ኮከቡን አይተን ልንሰግድለት መጥተናልና።›› - ማቴዎስ 2፥2

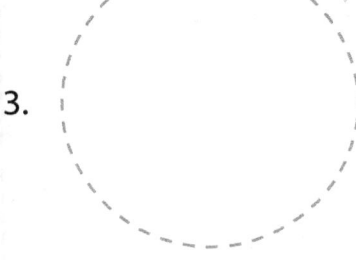

3. ‹‹አትፍሩ ለሕዝቡ ሁሉ የሚሆን ታላቅ ደስታ የምሥራች አምጥቼላችኋለሁና›› - ሉቃስ 2፥10

4. ‹‹ጌታ የገለጠልንን ይህን የሆነውን ነገር እንድናይ ወደ ቤተልሔም እንሂድ›› - ሉቃስ 2፥15

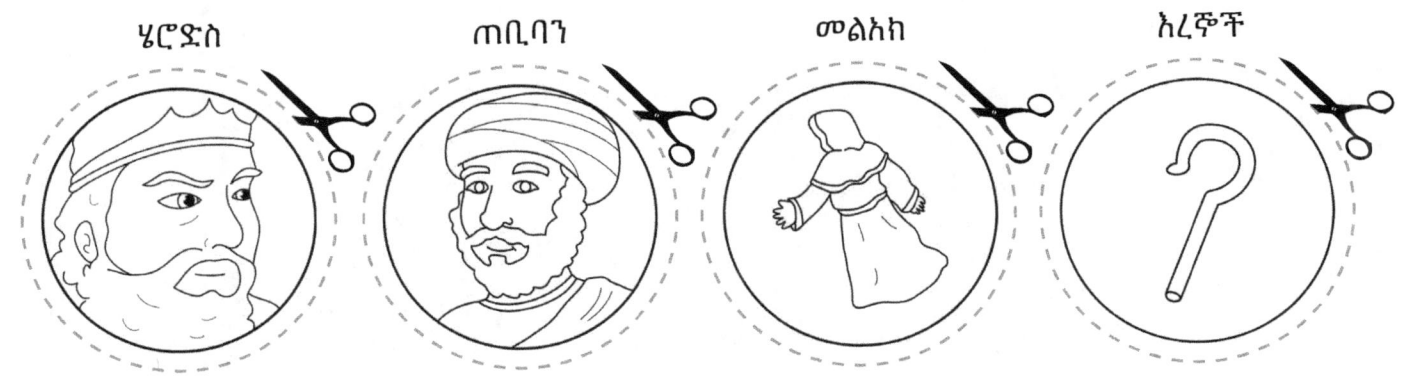

ሄሮድስ

ጠቢባን

መልአክ

እረኞች

Jewish Voice Ministries International

መልሶቹ

ትምህርት አንድ
እንከልስ
1. ማርያም ፈርታ ነበር
2. ማርያም መሲሕ የሚሆነውን ወንድ ልጅ ልትወልድ ነው።
3. እግዚአብሔር መድኃኒቴ ነው
4. ልጁ የተፀነሰው በመንፈስ ቅዱስ መሆኑንና ማርያምን ሚስቱ አድርጐ እንዲወስዳት ለዮሴፍ ለመንገር
5. ማርያምና ዮሴፍ ለሕዝብ ቈጠራው በቤተልሔም መመዝገብ ነበረባቸው፡

አጭር የመጽሐፍ ቅዱስ ጥያቄዎች ማርያም
1. ማርያም ኤልሳቤጥ የአሳተማማኞች ልጆች ነበሩ
2. ገብርኤል
3. የሹዋ
4. ይሁዳ
5. ናዝሬት
6. ለሕዝብ ቈጠራ ለመመዝገብ
7. እረኞች
8. መጽሐፍ ቅዱስ አይናገርም
9. ንጉሥ ሄሮድስ (ታላቁ)
10. የቂጣ በዓል (የፋሲካ ምግብን ጨምሮ)

የመረጃ ገጽ፡- ናዝሬት
መልስ መሆን የሚችሉ፡-
1. አብዛኞቹ ቤት ሰቦች አትክልት የሚያመርቱበት መሬት ነበራቸው።
2. ዕብራውያን ዓሣ፣ የፍየል ሥጋ፣ አይብ፣ የወይራ ፍሬና እንጀራ በብዛት ይመገቡ ነበር። ምግባቸው የምስር ወጥ፣ ፍራ ፍሬ፣ እንቁላሎች ለአንዳንድ ልዩ ቀኖች ቀይ ሥጋ ያካትት ነበር።

የመጽሐፍ ቅዱስ ቃሎች መገጣጠም፡- መሲሕ የሚነግሠው እነማን ላይ ነው?
‹‹በያዕቆብም ቤት ላይ ለዘላለም ይነግሣል፤ ለመንግሥቱም ፍጻሜ የለውም።›› (ሉቃስ 1፡33)

ማርያም የመጽሐፍ ቅዱስ ጥቅሶች ማዛመድ
1. ሰ
2. ቀ
3. ሀ
4. ሸ
5. ሐ
6. ለ
7. መ
8. ረ
9. ሠ

የመረጃ ገጽ፡- የዕብራውያን ሰርግ
መልስ መሆን የሚችሉ፡-
1. የሙሽራው አባት።
2. ሄዶ ለሰርጉ ግብዣ ሙሽራዋን ወደ ቤት እንዲያመጣ

መልስ መስጠት፤ ከእር መቀባት፡- ሕዝብ ቈጠራ
1. አውጉስጦስ
2. ዮሴፍ ከዳዊት ቤት እና ዘር ስለሆነ
3. ማርያም

ትምህርት ሁለት
እንከልስ
1. አውጉስጦስ ቄሳር
2. ለሕዝቡ ቈጠራ
3. በቤተልሔም ከተማ
4. መስከረም
5. መስክ ላይ ወደ ነበሩ እረኞች መልአክ መጥቶ የመሲሑን መወለድ ተናገረ

የመረጃ ገጽ፡- ግርግም
መልስ መሆን የሚችሉ፡-
1. እንስሶቹ በሌቦች እንዳይሰረቁና ሌሊት ቤቱን እንዲያሞቁ

አጭር የመጽሐፍ ቅዱስ ጥያቄ፡- የመሲሑ ልደት
1. የሹዋ
2. ንጉሥ አውጉስጦስ
3. ዮሴፍ በቤተ ልሔም የዳዊት ዘር ስለ ነበረ
4. ቤተ ልሔም
5. ሄሮድስ (ታላቁ)
6. ይሁዳ (ማቴዎስ 1፡1)
7. በቤተልሔም
8. መጽሐፍ ቅዱስ አይናገርም
9. በቤተልሔም ያሉ ከሁለት ዓመት በታች የሆኑ ልጆች እንዲገደሉ ሄሮድስ አዘዘ
10. የግብፅ ምድር

የመረጃ ገጽ፡- የሮም መንግሥት
መልስ መሆን የሚችሉ፡-
1. ፍቅርን በተመለከተ ችግር ካለባችሁ ቬነስን ታመልካላችሁ፤ በሕይወታችሁ ለውጥ ከፈለጋችሁ ጃነስን ታመልካላችሁ።
2. በ117 ዓ.ም የሮም መንግሥት ጣሊያንን፣ ኢንግላንድን፣ ዌልስንና ከፊል ስኮትላንድን ጨምሮ አብዛኛውን አውሮፓና ሜዲትራንያን ዙሪያ ያለውን ቦታ በሙሉ አካተተ።

ትምህርት ሦስት
እንከልስ

1. ፋርስ/አረቢያ ውስጥ
2. ጠቢባኑ
3. በሰማይ ምልክት አዩ
4. ስለ አዲሱ ንጉሥ መስማት አልፈለገም
5. ምናልባት ንጉሥ ሄሮድስ መሲሑን ማስወገድ ስለ ፈለገ ይሆናል።

አጭር የመጽሐፍ ቅዱስ ጥያቄ፡- ጠቢባኑ

1. ንጉሥ ሄሮድስ
2. ሰማይ ላይ ደማቅ ኮከብ አዩ
3. አዲስ የተወለደው የአይሁድ ንጉሥ
4. ቤተልሔም
5. ተንበርክከው ሰገዱለት
6. መጽሐፍ ቅዱስ አይናገርም
7. ወርቅ፣ ዕጣንና ከርቤ
8. ወደ ሄሮድስ እንዳይመለሱ ጠቢባኑ በሕልም ማስጠንቀቂያ አገኙ
9. የዳንኤል መጽሐፍ
10. በቤተ ልሔም የነበሩ ከሁለት ዓመት በታች የሆኑ ሕፃናት እንዲገደሉ አዘዘ።

አጭር የመጽሐፍ ቅዱስ ጥያቄ፡- ወደ ቤተ መቅደስ መወሰድ

1. መልአኩ ገብርኤል
2. ኢየሩሳሌም
3. በስምንተኛው ቀን
4. በሕግ መጽሐፍ እንደ ተጻፈው ለመንጻት
5. ስምዖን
6. ትጾም ትጸልይ ነበር
7. ሰማንያ አራት ዓመት
8. አሴር
9. ሁለት ዋኖሶች ወይም ሁለት የርግብ ጫጩቶች
10. ወደ ትውልድ አገራቸው ወደ ናዝሬት

የመረጃ ገጽ፡- ጠቢባኑ
መልስ መሆን የሚችሉ፡-

1. የጳርቴ መንግሥት
2. ሰፊ መሬት የያዙና ሥልጣንን የተቆጣጠሩ የጳርቴ ባላባቶች ካህናት። አንዳንዶች ከቤተ መንግሥት ዘር የመጡ ነበሩ (አርሳሲድስ) ሌሎቹ ካህናትና (ሰብአ ሰገል) የነጋሢነት ደም የሌላቸው የጳርቴ ታላላቅ ሰዎች (ጠቢባን) ነበሩ።

ከለር የሚቀባ፡- ጠቢባኑ

1. ንጉሥ ሄሮድስ
2. ከምሥራቅ
3. ‹‹የተወለደው የአይሁድ ንጉሥ ወዴት ነው? በምሥራቅ ኮከቡን አይተን ልንሰግድለት መጥተናልና››

የመረጃ ገጽ፡- መልሱን መከበብ

1. ሐ
2. ሀ
3. ሀ
4. መ
5. ለ

ትምህርት አራት
እንከልስ

1. ሰማይ ላይ ትልቁን ኮከብ በመከተል
2. ቤተልሔም
3. ተንበርክከው ሰገዱለት
4. ወርቅ፣ ዕጣንና ከርቤ
5. ወደ ንጉሥ ሄሮድስ እንዳይመለሱ ማስጠንቀቂያ ተሰጣቸው

የመጽሐፍ ቅዱስ ቃል ማሰባሰብ፡- ሄሮድስ

ጠቢባን፣ ሄሮድስ፣ ኮከብ፣ ቤተልሔም፣ ሕፃኑ፣ ሕልም፣ አስጠነቀቃቸው፣ አገር

የመረጃ ገጽ፡- ጉዞ ወደ ኢየሩሳሌም
መልስ መሆን የሚችሉ፡-

1. ወደ ይሁዳ ለመሄድ ከመነሣታቸው በፊት ስጦታዎች ለማዘጋጀት፣ ጉዳዮቻቸውን በታ ለማስያዝ፣ ግመሎችን ለመጫና የሚጠብቋቸው ወታደሮች ለማግኘት ጠቢባኑ ጊዜ ወስደዋል።
2. ታሪክ አዋቂዎች የጳርቴ ሰዎች የአሥሩ የእስራኤል ነገዶች ዝርያ እንደሆኑ፣ ካህናቶቻቸውም የሌዊ ነገድ ሊሆኑ እንደሚችሉ ይናገራሉ። እነዚህ የጳርቴ ጠቢባን አሥሩ የሰሜናዊው እስራኤል ነገዶች ዋና ዋናዎቹን ይዘው መጥተው ይሆናል።

ቃሉ ምንድነው?

በንጉሥ ሄሮድስ ዘመን የሹዋ ከተወለደ በኋላ ጠቢባን ከምሥራቅ ወደ ኢየሩሳሌም መጥተው፣ ‹‹የተወለደው የአይሁድ ንጉሥ ወዴት ነው? ኮከቡን አይተን ልንሰግድት መጥተናልና›› በማለት ጠየቁ። ንጉሡ ሄሮድስ ይህን በሰማ ጊዜ ታወከ፤ እንዲሁም መላዩቱ ኢየሩሳሌም አብራ ታወከች። እርሱም የካህናት አለቆችንና የአይሁድ ሃይማኖት መምህራንን በሙሉ ሰብስቦ መሲሕ የት እንደሚወለድ ጠየቃቸው። እነርሱም፣ ‹‹በይሁዳ ቤተልሔም፤ ነቢዩ እንዲህ ብሎ ጽፎአልና አሉ፤ በይሁዳ ምድር የምትገኚው አንቺ ቤተልሔም ከሌሎቹ የይሁዳ ገዦች በምንም አታንሽም፤ የሕዝቤ ጠባቂ የሚሆን ከአንቺ ይወጣልና።››
ከዚያም ሄሮድስ ጠቢባኑን በምስጢር አስጠርቶ በማነጋገር፣ ኮከቡ የታየበትን ትክክለኛ ጊዜ ተረዳ። ጠቢባኑንም ወደ ቤተልሔም ልኮ፣ ‹‹ሂዱና ሕፃኑን ፈልጉ፤ እኔም ደግሞ ሄጄ እንድሰግድት እንዳገኛችሁት ወደ እኔ ተመልሳችሁ ንገሩኝ›› አላቸው። ጠቢባኑ ያለውን ከሰሙ በኋላ ጉዞአቸውን ቀጠሉ፡ ፡ ይህም በምሥራቅ ያዩት ኮከብ እየመራቸው እስካሉበት ድረስ ወሰዳቸው። ኮከቡን ሲያዩ ከመጠን በላይ ተደሰቱ። ወደ ቤትም በገቡ ጊዜ ሕፃኑን ከእናቱ ከማርያም ጋር አዩ፤ ተንበርክከውም ሰገዱለት። ሣጥኖቻቸውን ከፍተው ወርቅ፣ ዕጣን፣ ከርቤም አቀረቡለት።››

Jewish Voice Ministries International

ከለር የሚቀባ፡- የንጉሡ ልደት
1. ቤተልሔም
2. ንጉሥ ሄሮድስ
3. መጽሐፍ ቅዱስ አይናገርም

ትምህርት አምስት
እንከልስ
1. መልአክ
2. ወደ ግብፅ መሸሽ
3. በቤተልሔም የነበሩ ከሁለት ዓመት በታች ያሉ ልጆች እንዲገደሉ
4. ንጉሥ ሄሮድስ የሹዋ እንዲገደል ፈልጓል።
5. የግብፅ ምድር

መልስ መስጠት፤ ከለር መቀባት፡- ወደ ግብፅ መሸሽ
1. የእግዚአብሔር መልአክ
2. ግብፅ
3. ሄሮድስ እስኪሞት ድረስ

ይህን ያለው ማን ነበር?
1= ሄሮድስ 2= ጠቢባኑ 3= መልአክ 4= እረኞች

የመረጃ ገጽ፡- ንጉሥ ሄሮድስ ማን ነበር?
መልስ መሆን የሚችሉ፡-
1. ምሽጎች፣ ቤተ መቅደሶች፣ ቤተ መንግሥቶች ቲያትር ቤቶች
2. ምንም እንኳ ሄሮድስ ሽማግሌና ታማሚ ቢሆንም፣ ያኔም የአይሁድ ንጉሥ ነበር። ንጉሥነቱን ማንም እንዲወስድበት አልፈለገም።

Jewish Voice Ministries International

www.jewishvoice.org

www.ingramcontent.com/pod-product-compliance
Lightning Source LLC
Chambersburg PA
CBHW081339120626
46546CB00011B/3409